Þegar vindar breytast

Jessica Hintz

Bandaríkin
2025

Áletrun

Bókartitill: Þegar vindar breytast
Texti bókar: -
Höfundur: Jessica Hintz

Höfundur: Jessica Hintz
Hafðu samband: boxingboy898337@gmail.com

INNIHALD

1. GÉR: SAKKILD OG SUMAR

Á hverju sumri breyttist taktur lífs Harsh.
Í borginni voru dagar hans fullir af umferðarflautum, stífum skóladagskrám og steinsteyptum íbúðum sem gáfu lítið pláss fyrir ímyndunarafl. Veggir herbergis hans voru pússaðir með veggspjöldum af geim- og krikketleikurum og heimur hans snérist um kennslubækur, kennslu og suð sjónvarpstækja. En í augnablikinu sem skólabjöllan hringdi í síðasta sinn í mars, var púlsinn á Harsh hröð af tilhlökkun - ekki fyrir frí í verslunarmiðstöðvum eða loftkældum hótelum, heldur til einfaldari gleði: árlega ferð til forfeðraþorpsins.
Þorpið var hans flótti. Staður þar sem loftið lyktaði af jarðvegi eftir rigningu og þar sem fólk flýtti sér ekki - það lifði einfaldlega. Það var þar sem tré uxu eins og gamlir forráðamenn við hliðina á leirstígum og tíminn gekk hægar, mýkri, vinsamlegri.
Það var líka hvar *hún* lifði-**Reena**.
Þegar lestin stöðvaðist á litlu sveitastöðinni hallaði Harsh sig út um gluggann og skoðaði mannfjöldann. Hann var fjórtán ára núna — hærri, grannari og bar enn þessa borgarstráka viðhorf eins og hann var með úrið sitt eða hengdi bakpokann. En augu hans milduðust um leið og hann kom auga á hana.

Reena beið við brún pallsins og veifaði báðum höndum eins og hún væri að gefa merki um björgun. Hárið var þétt fléttað, augun full af spenningi og fætur hennar slógu óþolinmóðlega til jarðar. Hún leit næstum eins út — nema hærri, með snefil af einhverju öruggara í brosinu.

Um leið og Harsh stökk niður úr lestinni hljóp Reena til hans og faðmaði hann af krafti sem fékk hann til að hrasa skref til baka. Hlýjan hennar, hláturinn - það var kunnuglegt, ósnortið af tímanum.

„Þú lítur út fyrir að vera hærri," sagði hún og steig til baka og skoðaði hann með þröngsýnum augum.

„Þú lítur eins út — enn stuttur," stríddi hann og glotti.

Hún ranghvolfdi augunum og togaði í töskuna hans. "Komdu. Dadi er að búa til mangó lassi."

Það var þeirra hefð: lassi, sameiginlegur hlátur og langar göngur um sinnepsvellina.

Aftur í húsinu var allt eins og sumarið áður. Rauða flísaþakið, brakandi viðarrólan á veröndinni, lyktin af túrmerik og steiktu kryddi sem streymir úr eldhúsinu og gamli transistorinn spilar þjóðlög í bakgrunni. Amma hans kæfði hann með kossum og skeiðum af ghee-hlöðnum parathas. Afi hans gaf honum ljúft klapp og erfiðari fyrirlestur um að vakna fyrir sólarupprás.

Og Reena? Hún var alltaf til staðar — eins og hún hafði verið á hverju ári síðan þau voru börn, aldrei saknað sumars.

Þeir eyddu fyrstu dagunum að renna sér auðveldlega aftur inn í rútínuna sína. Harsh myndi vakna seinna en allir aðrir og Reena hæðst að honum með því að henda smásteinum í gluggann hans þar til hann stóð upp. Þeir fóru með reiðhjól út á akrana, kepptu meðfram áveituskurðunum, lágu undir banyan-trjám og töldu ský og hlógu þar til þeir verkuðu í magann. Þeirra félagsskapur var ekki mótaður með sameiginlegum hagsmunum, heldur sameiginlegum **augnablik**.

Það var engin pressa á að útskýra hlutina fyrir hvert öðru. Þeir bara... *passa.*

Einn síðdegi, þegar þeir sátu við vatnið og hoppuðu yfir steinum, spurði Reena hann: „Verður þú einhvern tíma þreyttur á borginni?

Harð þagði. "Ekki mjög þreytt... En ég sakna þessa. Allt er raunverulegt hérna. Hávaðinn þar hættir bara aldrei."

Reena tók upp stein, nuddaði honum á milli fingranna. „Stundum velti ég því fyrir mér hvernig það er - skólinn þinn, vinir þínir, líf þitt í byggingu.

Harður hló. „Þú missir ekki af miklu. Það er bara háværara og hraðari. Þú myndir hata það.“

Hún yppti öxlum. "Kannski. En ég vil sjá það að minnsta kosti einu sinni."

Harsh horfði á hana þá, ekki bara sem Reenu frænku hans eða Reenu leikfélaga hans - heldur sem einhver sem gæti einn daginn vaxið vængi og flogið eitthvert sem hann gæti ekki fylgt.

Sú hugsun stakk svolítið. En hann vissi ekki hvers vegna.

Eftir því sem dagar liðu heimsóttu þau staði sem þau höfðu séð á hverju ári en urðu aldrei þreytt á - gamla varðturninn á hæðinni, rústa hofið með fölnandi vegglist, ljúfa sölumanninn sem gaf þeim samt auka laddu vegna þess að „þeir minntu hann á hans eigin krakka."

Eitt kvöldið fóru þau á þorpsmessu. Ljósker héngu í hverjum bás, flöktandi í golunni. Harsh keypti þau bæði kulfi og þau horfðu á brúðuleiksýningu þar sem þau sátu öxl við öxl með krosslagða fætur í moldinni. Nokkrir eldri strákar í hópnum flautu þegar Reena hló of hátt.

Hörku brúnir. Hann sagði ekki neitt. En þegar þau fóru, gekk hann aðeins nær, ósjálfrátt verndandi, og Reena efaðist ekki um það.

Seinna um kvöldið, undir stjörnuvotum himni, liggjandi á barnarúmi á veröndinni, hvíslaði Reena: „Helldurðu að hlutirnir muni breytast?

"Hvaða hluti?" spurði Harsh og sneri höfðinu til að horfa á hana.

"Þetta. Okkur. Sumar. Þetta hús. Þú."

Harsh þagði um stund áður en hann svaraði: „Kannski mun heimurinn breytast. En ég kem alltaf hingað aftur."

Hún kinkaði kolli, næstum eins og hún þyrfti að trúa því. "Lofa?"

"Ég lofa."

Þeir héldu á bleikum fingrum í myrkrinu. Þögull samningur æskuhjörtu sem skildi ekki enn þunga tímans.

Það sumar sátu þeir mangófræi fyrir aftan fjósið. Reena krafðist þess að það myndi vaxa í risastórt tré og verða *þeirra* tré — þar sem þeir sátu á hverju sumri og hlógu eins og þeir gerðu alltaf.
"Helldurðu virkilega að það muni stækka?" spurði Harsh og horfði á hana grafa ákaft með priki.
"Ég mun vökva það á hverjum degi. Og þú munt koma aftur á næsta ári og sjá."
"Á hverju ári?"
„Á hverju einasta ári".
Þeir hlógu, hendurnar drullugar, kinnar roðnar af hita og eitthvað fleira sem þeir gátu ekki nefnt.

Þegar sumarið var á enda flautaði lestin aftur.
Harsh stóð á pallinum, taskan hans einhvern veginn þyngri, ekki með hlutum, heldur tilfinningum. Reena var við hlið hans og brosti ekki í þetta skiptið.
„Ekki gleyma að skrifa," sagði hún.
"Ég geri það ekki."
„Og ekki eignast nýja bestu vini þar.
„Of seint," stríddi hann. "Ertu nú þegar með einn hérna."
Hún brosti, fletti honum um eyrað og faðmaði hann svo fast.
Harsh fór um borð í lestina, stóð við dyrnar og horfði á hana þar til hún var óljós af appelsínugulum og hvítum salwar og ryki.
Hann vissi ekki þá að sum sumur skila sér ekki eins og við bjuggumst við.
En eitt vissi hann með vissu - hann myndi bera *henni* hlæja með honum inn í hávaða borgarinnar.

KAFLI 2: MONSÚNMINNINGAR

„Þeir kanna heiminn sinn - akra, ár, rólegar nætur; við sjáum ósagða ástúð þeirra vaxa án meðvitundar.

Monsúninn vakti alltaf líf í þorpinu á þann hátt sem ekkert annað gat.

Þurru túnin, sem sprungu undir sumarhitanum, glitruðu nú af grænu. Tjörnirnar flæddu yfir, áin þrútnaði eins og skepna vaknaði og ilmurinn af blautri jörð steig upp úr jörðu eins og reykelsi sem guðunum var boðið. Himininn hékk skýþungur — stundum grár og grátandi, stundum hvítur og þjótandi eins og hræddar hjörðir. Fyrir flesta þýddi monsúnið drullugar slóðir og ófyrirsjáanlega daga. En fyrir Harsh og Reenu var það *galdur*.

Þetta var önnur vikan í sumarfríinu hans og Harsh var búinn að laga sig að takti þorpsins. Horfin var þéttleiki borgarbúa, tímabundnar venjur skólalífs hans. Hann vaknaði nú snemma — ekki af því að hann þurfti, heldur vegna þess að Reena beið fyrir utan með tvo bolla af chai og einkennisbrosið sitt. Ævintýri þeirra myndu hefjast rétt eftir sólarupprás, þegar heimurinn var enn ferskur og trén ljómuðu af dögg.

Einn tiltekinn morgun sló létt súld á blikkþakið á veröndinni. Reena birtist í gulri regnfrakka tveimur stærðum of stórum og hélt á tréstaf eins og landkönnuður tilbúinn í leiðangur.

„Í dag," tilkynnti hún, „finnum við falda fossinn.

Harsh blikkaði til hennar. "Það er falinn foss núna?"

„Það er ef við förum nógu langt," svaraði hún sjálfsörugg og henti honum aukaregnfrakka.

Hann rökræddi ekki. Hann gerði það aldrei þegar hún virtist svo viss.

Akranir og áin

Þeir gengu um rennblauta akra, fætur þeirra töpuðu í leðjunni, hláturinn fylgdi á eftir þeim eins og tónlist í vindinum. Reitirnir teygðu sig endalaust — hafgrænir og doppaðir af drekaflugum. Vatn safnaðist saman í kringum rætur risaræktunar og froskar hlupu frá einum bletti til annars eins og þeir væru að hlaupa með þá á einhvern leynilegan stað.

Rigningin kom og fór eins og feiminn gestur - aldrei of mikið, alltaf stríðnandi.

Þegar þeir komu að árbakkanum hafði himinninn opnast nógu mikið til að hleypa inn flísum af gullnu ljósi. Nú var áin hátt, nærri steinsyllinum sem þeim þótti gaman að sitja á.

Þeir tóku af sér regnfrakkana og létu vindinn slá andlitið á sér. Harðskeyttur horfði út yfir ána, fjær ströndin var þoka af þoku og mangótrjám. Reena lagðist við hlið hans með hendur undir höfði.

"Þú veltir alltaf fyrir þér hvað sé hinum megin?" spurði hún.

Harsh sneri sér að henni. "Fleiri akra. Fleiri froskar. Kannski önnur útgáfa af okkur að gera það sama."

Hún brosti. „Kannski í einhverjum speglaheimi er ég borgarbarnið og þú ert þorpið.

Harðskeytt hló. „Í þeim heimi myndirðu hata stærðfræði og ég myndi elska buffala.

Þeir hlógu, eins konar hlátur sem kemur aðeins þegar þú veist að þú ert alveg öruggur – með einhverjum, á stað, á tímum sem umheimurinn finnst ósnortinn.

Hinir ósagðu hlutir

Eitthvað breyttist í þögninni sem fylgdi.
Harsh leit á hana þegar hún horfði á skýin rúlla. Blautir hárstrengir hennar festust við kinnar hennar og augun spegluðu gráan himininn. Hann vissi það ekki þá - gat ekki skilgreint það - en undarlegur verkur bólgnaði upp í brjósti hans. Það var ekki dramatískt eða skyndilega, bara ... til staðar.
Reena sneri sér skyndilega að honum. "Hvað ef þú hættir að koma eitt sumar?"
Hann kinkaði kolli. "Hvers vegna ætti ég?"
"Fólk eldist. Foreldrar verða uppteknir. Þú gætir eignast aðra vini."
"Ég á nú þegar þann besta."
Hún leit snöggt undan, en ekki fyrr en hann fann brosið toga í varir hennar. Augnablikið leið eins og vindur - óviðurkenndur, óútskýrður, en örugglega *þar*.

Tréð og sveiflan

Þennan síðdegi sneru þeir aftur að Neem-trénu fyrir aftan fjósið - það sama og þeir höfðu plantað mangófræi undir ári áður.
Það hafði ekki stækkað mikið. Pínulítill stöngull, nokkur þrjósk græn blöð, en lifandi.
Reena klappaði af gleði og kraup til að snerta það varlega. "Sjáðu? Ég sagði þér að það myndi stækka."
Harsh kraup við hlið hennar. "Þú verður að halda áfram að sjá um það á meðan ég er farinn."
"Ég geri það alltaf."
Þeir ákváðu að byggja rólu. Ekki þær fínu sem þú sást í almenningsgörðum, heldur alvöru þorpsrólu - viðarplanki og sterka reipi bundin við þykkustu grein trésins.
Það tók þá klukkustundir - að rífast um lengd, þéttleika hnúta og hver myndi prófa það fyrst.

Þegar því var lokið stóð Reena stolt og strauk leðju af höndum sér.
„Þú ferð," sagði hún.
"Nei, þú. Þú treystir því betur."
— Vegna þess að ég hef bundið hnútana? stríddi hún.
Harður yppti öxlum. "Fínt."
Hún klifraði upp og sveiflaði hægt, fætur rétti út, tær bursta grasið.
Hann stóð nokkrum fetum í burtu, krosslagðar hendur og horfði á hana - ekki bara róluna, heldur *henni*. Áhyggjulausi hláturinn, hvernig höfuðið hallaði aftur á bak, mildur sveigjan brossins. Það var eitthvað við það að horfa á einhvern sem þú þekkir svo vel vera til í hamingju.
Hann áttaði sig ekki á því að hann brosti líka.

Nights Under Lantern Light

Monsúnnætur voru heimur út af fyrir sig.
Rafmagnsrof voru tíð og húsið varð dimmt fyrir utan dauft flökt á steinolíulukti. Harsh og Reena sátu á veröndinni, regnið sló eins og vögguvísa á þakið, þar sem skordýr suðruðu í þykku, raka loftinu.
Eitt kvöldið tók Reena fram litla minnisbók. Hún opnaði síðu og rétti honum hana.
„Ég skrifaði ljóð," sagði hún feimnislega.
Harsh lyfti augabrúnunum. "Þú? Þú hatar að skrifa."
"Ég reyndi. Lestu."
Hann tók það og las upp. Það var ekki fullkomið - rím voru slökkt og myndlíkingar hrösuðu - en það hafði hjarta.
"Um hvað snýst þetta?" spurði hann.
Hún leit undan. "Regn."
Harðskeytt brosti. "Það er gott."
"Lygari."

"Nei. Ég meina það. Það er betra en það sem ég skrifa."
Hún leit á hann þá. "Skrifar þú?"
Hann hikaði. "Stundum. Ekki ljóð. Bara hugsanir."
"Sýndu mér einhvern tíma."
"Kannski."
Þeir sátu í þögninni sem fylgdi - ekki óþægilega heldur rík. Eins og tvær manneskjur sem átta sig hljóðlega á því að það var meira í hinum en þeir höfðu vitað. Ekki bara leikfélagar. Ekki bara frænkur.
Eitthvað meira. Enn ónefndur. Enn ósagt.

Nóttin sem hún grét

Það var nokkrum nóttum síðar sem hann fann hana grátandi.
Hann var á leið í fjósið til að athuga leka glugga þegar hann sá hana sitja fyrir aftan hann, hné dregin að brjósti sér, andlitið grafið í fanginu.
"Reena?"
Hún leit upp, skelfingu lostin. Þurrkaði fljótt tár hennar. "Það er ekkert."
Hann sat við hlið hennar. "Lygari."
Hún þefaði. "Ég veit það ekki. Stundum finnst mér eins og þetta líf muni enda of fljótt."
"Þetta líf?"
"Þessa dagana. Þú. Tréð. Rigningin. Allt."
Harsh vissi ekki hvað hann átti að segja. Svo hann sagði ekki neitt. Hann settist bara við hlið hennar og lét hana halla sér inn í sig. Öxlin hans var blaut — ekki af rigningunni, heldur af tárum hennar. En hvorugur þeirra hreyfði sig.
Að lokum hvíslaði hún: „Ekki breyta.
"Ég geri það ekki."

En innra með sér, velti hann fyrir sér — gæti nokkurn tíma raunverulega lofað því?

Síðustu dagar rigningarinnar

Það fór að hægja á rigningunni undir lok þriðju vikunnar. Akrar breyttust úr villtum í tamda, áin varð rólegri og venjur fóru að koma aftur.

Harsh og Reena bjuggu til lista yfir alla staðina sem þau höfðu ekki heimsótt og tróðu þeim inn á síðustu daga – sælgætisbúðina, gamla banyanið með útskornum upphafsstöfum frá í fyrra, jafnvel klettahæðin þar sem þorpsbúar fullyrtu að draugar ráfuðu á nóttunni.

En þetta snerist ekki lengur um staðina. Það var um *viðveru.* Sérhver hlátur, hver þögn, hver snerting fyrir slysni hélt þyngd. Þeir töluðu ekki um endalokin. Þeir ætluðu ekki fyrir næsta ár.

Þeir lifðu hverja stund til fulls — eins og eldflugur sem loguðu skært áður en þeir hurfu.

Monsúnminni ætið

Síðasta kvöld þessa monsúns fann Harsh miða undir koddanum sínum.

Það var á gulum pappír, þrisvarbrotið, með krónublöðum þrýst að innan.

„Þetta sumar var sérstakt.

Ekki vegna rigningarinnar. Ekki vegna rólunnar eða túnanna.

En vegna þess að þú varst hér.

Ekki gleyma mér í hávaða borgarinnar þinnar.

— R.

Harka las hana tvisvar. Brjóti það síðan varlega saman og stakk því inn í dagbókina sína. Hann skrifaði ekki til baka. Hann þurfti þess ekki.

Sumt, eins og monsúnminningar, þurftu ekki skýringa.
Þeir þurftu aðeins að finnast - og bera að eilífu.

3. KAFLI: BRÉF Í VINDINUM

„Harsh og Reena skilja eftir sumarið, skiptast á bréfum og skilaboðum sem bera með sér unga tilfinningar þeirra.

Sumarið endar alltaf of fljótt.

Hláturinn sem bergmálaði yfir túnin, ylið úr laufblöðum þegar þau gengu hlið við hlið og lyktin af jörðu eftir rigningu - allt er þetta nú óskýrt á bak við hægan gnýr fjölskyldubílsins hans Harsh þegar hann lagði leið sína niður leðjuslitinn veginn, burt frá þorpinu.

Reena stóð við hlið móður sinnar með hendurnar þétt saman og reyndi að gráta ekki. Hún hafði vanist brottförum hans á hverju ári, en eitthvað við þennan fannst þyngra, eins og þau vissu bæði að þessi kveðjustund væri ekki bara árstíðabundin - hún markaði breytingu sem hvorugur þeirra gat nefnt.

Inni í bílnum leit Harsh til baka. Í gegnum rykugt glerið að aftan fann hann skuggamynd hennar — lítil, kyrr og hljóðlát. Þúsund hlutir sem hann langaði til að segja sátu á brúninni á tungu hans, en hann þagði. Hann var ekki viss um að hún myndi skilja. Kannski skildi hann þá ekki sjálfur.

En tilfinningar, sérstaklega ungt fólk, finna alltaf leið til að tala - jafnvel þegar raddir hökta.

Fyrsta bréfið

Þremur dögum eftir að hann sneri aftur til borgarinnar fann Harsh sig eirðarlaus. Umferðarhávaðinn, stíf stundaskrá skólans, tuðrandi horn - allt var framandi eftir rólegheitin í þorpinu.

Hann saknaði hennar.

Meira en hann bjóst við. Meira en hann hélt að hann ætti að gera.
Um kvöldið, eftir matinn, opnaði hann gömlu dagbókina sína - þá þar sem hann geymdi gula blaðið hennar - og byrjaði að skrifa.

„Kæra Reena,
Borgin finnst háværari að þessu sinni. Eða kannski er það bara ég.
Ég sakna þess að vakna snemma og of sæta teið þitt.
Ég sakna rólunnar. Ég sakna meira að segja froskanna.
Það er ekkert Neem-tré fyrir utan gluggann minn. Bara önnur bygging. Annar ókunnugur.
Ég vona að þú sért að vökva mangófræið. Og ég vona að þú sért ekki að gefa þessari feitu kú kex lengur.
Skrifaðu til baka.
— Hörð"_

Hann birti bréfið morguninn eftir, fannst hann skrýtinn og undarlega léttur á sama tíma. Þetta var fyrsta bréfið sem hann skrifaði fyrir utan skólaritgerðir.
Tvær vikur liðu þar til hann fékk svar hennar. Bleikt umslag með sólblómum í einu horninu. Hjarta hans sló um leið og hann opnaði hana.

„Þú ert svo grátandi,
Mangófræið er fínt. Kýrin saknar þín. Og það geri ég líka.
Ég sagði mömmu að þú hefðir skrifað bréf og hún hló. Henni finnst það sætt.
Í gær sat ég í rólunni í klukkutíma. Það klikkaði ekki einu sinni. Ég held að það vanti þyngd þína.
Ekki gleyma að skrifa til baka.
— Reena"_

Og þannig hófst **stafir í vindinum**— leið þeirra til að sauma saman vaxandi fjarlægð með orðum og pappír og blýanti tilfinningum.

Tungumál bókstafanna

Bréf þeirra voru ekki ástarbréf. Ekki á þann hátt sem lög eða kvikmyndir sýna ást. Þeir voru fjörugir, stríðnislegir, saklausir – tveir unglingar að læra að segja „mér er sama" án þess að segja það upphátt.

Þeir skrifuðu um allt.

Harsh skrifaði um borgarlífið - troðfulla skólabíla, kennslutíma, enskukennarann sinn sem var með of mikið af ilmvatni. Reena skrifaði um slúður þorpsins, nýja útvarp föður síns, tilraun hennar til að elda hrísgrjón og hvernig þau brunnu óbjörgulega.

Þeir bættu við teikningum. Litlar stafur af kúm og trjám. Hún sendi einu sinni þurrkað blóm sem var þrýst inn á síðuna og hann sendi til baka skýjasíðu sem hann teiknaði með blýanti, bara vegna þess að hún sagði einu sinni að hún saknaði monsúnhimins.

Hvert bréf tók marga daga að koma. En biðin var hluti af sjarmanum. Seinkunin gerði hvert umslag heilagt - eins og að finna fjársjóð grafinn undir þunga þrá.

Litlar uppgötvanir

Með hverjum staf opinberuðu þeir meira af sjálfum sér. Harsh viðurkenndi að honum þætti meira gaman að skrifa en að spila krikket.

Reena viðurkenndi að hún hataði líffræði en elskaði að horfa á maura bera mat.

Harsh sagði henni frá stelpu í bekknum sem fékk alltaf pennann sinn lánaðan og hvað honum fannst það pirrandi.
Reena stríddi honum og skrifaði: *"Kannski líkar hún við þig."*
Hann svaraði: *„Hún borðar krít þegar kennarar fylgjast ekki með. Ég er ekki í því."*
Þau ræddu um uppvexti. Um ótta.
„Ég er hrædd um að þú gleymir mér," skrifaði Reena einu sinni.
Harsh undirstrikaði setningu hennar í svari sínu og skrifaði: *"Ég man hlutina of djúpt til að gleyma þér."*
Reena sagði að hún heyrði einu sinni foreldra sína tala um að senda hana í bæinn í háskóla í framtíðinni. Hugmyndin vakti hana og hræddi hana líka.
Harsh sagði henni að hann gæti flutt aftur á næsta ári, kannski til annarrar borgar. Hann vildi það ekki. En hann gat ekki stjórnað því.
Bréfin urðu persónuleg. Hugsandi. Mjúkt.
Ungt hjörtu þeirra voru að draga upp útlínur eitthvað raunverulegt - en hvorugt þorði að nefna það.

Fyrsti bardaginn — á pappír

Óhjákvæmilega, einn daginn, læddist inn misskilningur.
Harsh minntist á skólafélaga — Anjali. Bara tilviljun, á lista yfir fólk sem hann lærði með.
Svar Reenu var kaldara en venjulega.

"Hljómar eins og þú og Anjali séu góðir vinir. Ég er viss um að hún borðar ekki krít."

Harðskeytt endurlesið línuna þrisvar sinnum. Var hún reið? Öfundsjúkur? Eða bara toga í fótinn?
Hann vissi ekki hvernig hann átti að bregðast við. Svo grínaði hann aftur.

"Hún er ekki helmingi eins áhugaverð og þú. Hún kann ekki einu sinni hvernig á að binda sveifluhnút."

En Reena svaraði ekki í mánuð. Þetta var lengsta þögn síðan þau byrjuðu að skrifa.

Þegar bréfið hennar loksins kom var það styttra en venjulega.

_"Því miður. Ég var upptekinn. Og ég varð svolítið kjánalegur.

Ég held að mér hafi bara ekki líkað hugmyndin um að deila þér."_

Það var það næsta sem hún hafði komið því að játa eitthvað sem líktist ást.

Harsh fannst eitthvað breytast í honum þegar hann las það. Flögur. Vitandi.

Hann svaraði: *"Þú þarft ekki að deila mér. Ekki ef þú vilt það ekki."*

Tæknin læðist að

Í lok þess árs fóru breytingar að síast inn eins og regnvatn undir gömlu þaki.

Faðir Reenu keypti handa henni einfaldan snjallsíma. „Í neyðartilvikum," sagði hann. En Reena uppgötvaði textaskilaboð.

Stafirnir hægðu á sér.

Nú, það voru einstaka textar.

„Rigning hér. Líður eins og síðasta sumar."

"Manstu eftir rólunni?"

"Ég sá mangó í dag. Saknaði þín."

Harsh svaraði, en eitthvað um spjallskilaboð var ekki jafn þungt. Bréf voru eins og hægt eldaðar máltíðir - vandlega undirbúnar, bragðaðar með tímanum. Textar leið eins og snakk — auðvelt að senda, auðvelt að gleyma.

Samt aðlagast þeir.

Þeir töluðu í símtölum einu sinni til tvisvar í mánuði. En báðir misstu af þokka orða sem skrifuð voru í eigin höndum. Harsh geymdi hvern staf í skókassa og Reena batt sinn með borði í gömlu súkkulaðidós.
Jafnvel þegar tæknin flýtti sér inn, voru bréfin hljóðlátur vitnisburður um það sem þau deildu.

Lokabréf þess árs

Þegar prófin hjá Harsh nálguðust og Reena byrjaði að sækja um í framhaldsskóla, dró lífið í þá úr gagnstæðum áttum.
Harsh skrifaði eitt síðasta bréf það ár. Það var lengra en venjulega.

„Kæra Reena,

Stundum hef ég áhyggjur af því að þessi útgáfa af okkur týnist í uppvextinum.
Kannski ferðu í bæinn. Kynntu þér nýtt fólk. Eignast nýja vini.
Kannski flyt ég aftur. Byrjaðu háskóla einhvers staðar þar sem enginn veit um Neem tré eða froska eða rólur.
En það er sama hvað breytist, þessi útgáfa af okkur – tveir krakkar sem skrifa bréf, ímynda sér fossa, tala um krítarborðandi stelpur – þetta verður alltaf mín.
Geymdu stafina örugga. Ég geymi þitt.
Einn daginn, kannski, munum við sitja og lesa þau saman.
Þangað til,
— Hörð"_

Reena skrifaði ekki strax.
En viku síðar fékk Harsh pakka.
Inni var pappírsbátur, varlega brotinn saman úr einu af gömlu bréfunum hennar.

Límuð við botninn var minnismiði:
_"Ég byggði þetta upp úr orðum þínum. Við skulum láta minningar okkar fljóta í stað þess að drekkja þeim. ég mun ekki gleyma. Alltaf.
— R.”_

„Þegar þau eldast byrja fíngerðar rómantískar tilfinningar að koma fram, þó þær kalli það enn „vináttu“.“

Tilfærslan var næstum ómerkanleg — eins og vorið læðist inn í veturinn.

Ekkert dramatískt augnablik tilkynnti um breytinguna. Engar kvikmyndalegar yfirlýsingar, engir flugeldar. Bara rólegur, hægur blómstrandi sem hvorki Harsh né Reena gátu nefnt.

Það byrjaði eins og árstíðirnar gera alltaf - ekki með einni stórkostlegri komu, heldur með breytingum í vindi, lúmskum breytingum á litum og skilningi á því að hlutirnir eru ekki alveg eins lengur.

Þeir voru eldri núna - á barmi fullorðinsára en halda sig enn við leifar bernskunnar. Sextán. Kannski sautján. Þessi óþægilegu ár á milli þar sem ekkert var skynsamlegt, en samt fannst allt mjög þýðingarmikið.

Endurkoma sem fannst öðruvísi

Þegar Harsh kom inn í þorpið um sumarið, tók hann strax eftir því.

Reena hafði lengt hárið. Rödd hennar var mildari, minna skínandi. Hún hafði skipt út fjörugum salwarunum sínum fyrir glæsilegri kurtas. Hún brosti eins, en það var eitthvað á bak við það núna - hugulsemi, flökt af sjálfsvitund.

Hann fann sjálfan sig að horfa á hana augnablik lengur en áður.

Þegar þau hittust við gamla Neem-tréð, hlupu þau ekki í brandara eða eltu hvort annað eins og þau voru vanur. Þess í stað stóðu þeir kyrrir í nokkrar sekúndur. Bara að horfa. Ekki óþægilega — heldur varlega, eins og báðir væru að reyna að muna handritið sem þeir höfðu gleymt undanfarið ár.

Hún talaði fyrst.

"Borgarstrákur enn á lífi?" stríddi hún og lagði saman handleggina.

Hann brosti. "Varla. Þú lítur út eins og einhver sem les ljóð núna."

"Kannski ég geri það."

Það var fjörugt. Ljós. En það var þungi undir orðum þeirra - hljóðlát viðurkenning á breytingum hvers annars. Þau voru ekki lengur bara börn sem biðu eftir rigningunni. Þeir voru nú eitthvað annað.

Eitthvað sem þeir gátu ekki enn nefnt.

Ný augu, gamlir staðir

Það sumar gengu þau sömu rykugu slóðirnar, heimsóttu sömu akrana og deildu sömu rólunni - en það var allt öðruvísi.

Reena lagaði stundum dupatta sína oftar í kringum hann, án þess að gera sér grein fyrir því. Harsh gekk örlítið á eftir henni og fylgdist með sveiflum fléttunnar hennar, óviss hvers vegna honum væri allt í einu sama um hvernig vindurinn lét hana dansa.

Þeir eyddu löngum síðdegisdögum við ána, bara að spjalla - um skólann, vini, tónlist og hvað þeir vildu fá úr lífinu. Það voru fleiri þögn núna, en þær voru ekki óþægilegar. Þess í stað fylltust þau af einhverju rafmagni og ósagt.

Dag einn, þegar þeir sátu undir skugga gamals banyantrés, sagði Harsh: „Viltu þér einhvern tíma hvort við hittumst svona þegar við verðum þrítug?
Hún hló og henti smásteini í vatnið. „Þrítugur verð ég líklega giftur einhverjum leiðinlegum bankamanni.“
„Hljómar sorglegt,“ brosti hann.
"Og þú? Sennilega enn að skrifa slæm ljóð í dagbókina þína."
"Þeir eru ekki slæmir. Þú bara skilur þá ekki."
Hún brosti og horfði á hann aðeins lengur en hún hefði átt að gera.
Um kvöldið lá Harsh á barnarúminu sínu og starði á sprungna loftið og hjartað sló hærra en þögnin. Hvers vegna hélt þetta samtal við hann? Hvers vegna fannst hugmyndin um að hún giftist einhverjum öðrum svona röng?

Augnablik sem sitja eftir

Þetta var aldrei bara eitt augnablik, heldur samansafn af þeim - litlar, að því er virðist ómarkvissar athafnir sem, eftir á að hyggja, þýddu allt.
Eitt kvöldið rigndi mikið. Rafmagn fór af. Þau sátu við lukt á veröndinni með yngri frændsystkinum hennar. Reena, án þess að hugsa, lagði hönd sína á hné Harsh þegar hún hallaði sér inn til að segja honum eitthvað. Hann hreyfði sig ekki. Hún gerði það ekki heldur. Snertingin varði aðeins í eina sekúndu, en hún skildi eftir sig hitaslóð á húð hans sem hélst tímunum saman.
Annan dag voru þau á gangi um túnin þegar hún rann á lausri leðju. Harsh greip hana í handlegginn. Hún horfði upp á hann, andlaus og augun stór. Andlit þeirra voru tommur í sundur.
"Er allt í lagi?" spurði hann.
Hún kinkaði kolli, hreyfði sig ekki.

Hvorugur þeirra sagði neitt annað. En eitthvað í loftinu breyttist þennan dag.

Hátíðarkvöldið

Þorpsmessan var hápunktur sumarsins. Reena klæddist grænum salwar jakkafötum um kvöldið, með glerarmböndum sem hringdu í hvert skipti sem hún hreyfði sig. Harsh hafði aldrei tekið eftir því hversu fallegar hendur hennar voru fram að því.

Þau gengu saman í gegnum mannfjöldann - hlógu á brúðuleikunum, deildu nammi, horfðu á flugelda mála himininn.

Þegar þau stóðu nálægt parísarhjólinu og biðu eftir að röðin kom að þeim, kom eldri kona úr hverfinu til Reenu og stríddi: „Þetta er borgarmaðurinn þinn, Reena?

Reena roðnaði samstundis og hló. Harsh leit undan og lét sem hann heyrði ekki.

En orðið „eiginmaður" settist undarlega í brjóst hans.

Seinna, þegar þeir óku á parísarhjólinu, leit Reena niður og hvíslaði: „Fólk talar bull.

„Leyfðu þeim," svaraði Harsh. "Við vitum hvað við erum."

Hún kinkaði kolli. En jafnvel þegar þeir horfðu út á akrana ofan frá, undruðust báðir:*Hvað voru þeir?*

Ósagðar raunir

Heima skrifaði Harsh oftar í dagbók sína. Ekki bara ljóð, heldur hugsanir – um Reenu, um breytingarnar á henni, á honum, í heiminum sem þeir sáu einu sinni í gegnum eina linsu.

Hann var ekki lengur ruglaður. Honum líkaði við hana.

Ekki eins og krakkar elska nammi eða teiknimyndir. Honum líkaði við hana á þann hátt að lagið situr eftir jafnvel eftir að tónlistinni lýkur. Honum líkaði við hana á þann hátt að hann ímyndaði sér framtíð án þess þó að meina það.
En hann sagði henni það ekki.
Að hluta til vegna þess að hann óttaðist að eyðileggja það sem þeir áttu. Aðallega vegna þess að hann var ekki viss um hvort henni fyndist það sama - eða hvort hún vissi jafnvel hvað henni fannst.
Reena, aftur á móti, háði sína eigin bardaga hljóðlega. Hún lenti í því að hugsa of mikið um hvernig hún leit út þegar hann var nálægt. Hún fann að hún beið eftir því að hann myndi tala fyrst. Hún tók eftir því hvernig hjartsláttur hennar breyttist þegar hann snerti hana, jafnvel fyrir slysni.
Á kvöldin sat hún á veröndinni sinni, las gömul bréf hans og velti því fyrir sér hvað hann væri eiginlega að meina á milli línanna. Hún brosti að bröndurunum hans meira en nauðsynlegt var. Og hún varð eirðarlaus við tilhugsunina um að önnur stúlka tæki sæti hennar í lífi hans.
Samt nefndi hún tilfinninguna aldrei nafn.
Vegna þess að ef þeir sögðu það upphátt gæti það krafist meira en þeir voru tilbúnir að gefa.

Næstum játningin

Síðasta kvöldið áður en Harsh átti að snúa aftur til borgarinnar gengu þeir í síðasta sinn að ánni.
Monsúninn hafði skilið bakkana eftir aur og loftið rakt. Eldflugur blikkuðu letilega í runnunum. Þeir sátu á steinsvelli, fæturnir dingluðu.
„Ég vildi að tíminn myndi stoppa," sagði Reena, nánast hvíslaði.

„Ég líka," svaraði Harsh og horfði á hana til hliðar.
Hún var með eyrnalokka í þetta skiptið — pínulitlar silfurlitlar jhumkas sem dönsuðu þegar hún sneri höfðinu.
Hann vildi segja henni það. Í örvæntingu.
En hálsinn þéttist.
"Reena..."
Hún sneri sér að honum.
Hann hikaði. "Ekkert. Bara... ekki gleyma að skrifa aftur."
Hún brosti, vonsvikin en létti líka. "Þú verður sá fyrsti sem ég skrifa til."
Þeir sátu aftur þegjandi.
Báðir fengu færi þetta kvöldið. Tækifæri til að segja hvað þeim fannst raunverulega. En báðir létu þá fara.
Það var ekki ótti. Það var vernd.
Þeir elskuðu það sem þeir áttu – þetta viðkvæma, gullna hlut sem kallað er „vinátta" – og þeir voru ekki tilbúnir að hætta því með því að kalla það eitthvað annað.

Brottför, aftur

Morguninn eftir fór Harsh snemma.
Reena kom ekki í strætóskýlið í þetta skiptið. Hún sagði að móðir hennar þyrfti aðstoð í eldhúsinu, en bæði vissu að það væri afsökun.
Að kveðja varð erfiðara með hverju árinu. Það var auðveldara að segja það alls ekki.
Harðskeytt sat við gluggann og horfði á akrana þoka framhjá, fingurna rekja ósýnilega stafi á glerið.
Í bakpokanum hans var bréf sem Reena hafði runnið í hönd hans kvöldið áður — innsiglað í gulu umslagi.
Hann opnaði það ekki ennþá.

Ekki vegna þess að hann vildi það ekki, heldur vegna þess að hann vildi bjarga því.
Eins og síðasta mangó tímabilsins, ósnortið, að bíða eftir hinni fullkomnu stundu.

2. þáttur: Að vaxa í sundur

„Reena byrjar í háskóla í bænum - upplifir frelsi, útsetningu og yfirþyrmandi athygli.

Lestarferð til hins óþekkta

Morguninn sem Reena fór um borð í lestina til bæjarins klæddist hún saumuðum kurtu móður sinnar og fékk bjartsýni að láni. Ferðataskan hennar var létt en hjartað þungt af væntingum, ótta og ósögðum kveðjum.

Það var ekki í fyrsta skipti sem hún var að fara að heiman - hún hafði heimsótt ættingja áður - en þetta var öðruvísi. Í þetta skiptið ætlaði hún ekki í heimsókn. Hún var að stíga inn í nýtt líf.

Harsh hafði ekki heimsótt þorpið það ár. Faðir hans hafði verið fluttur aftur og allt var erilsamt. Þau höfðu skipst á bréfum og nokkrum sms-skilaboðum en þögnin á milli þeirra var farin að festa rætur.

Reena vissi ekki hvað var framundan. En hvað hún *gerði* vita var að allt var að breytast.

Fyrsti skóladagurinn

Bærinn var háværari en þorpið hennar, en rólegri en borgirnar sem Harsh var vanur að tala um. Byggingar stóðu hátt og fólk gekk með tilgangi. Háskólabyggingin var gríðarstór í augum hennar - máluð í daufum rjóma, með sprungnum tröppum og rauðum hibiscus sem blómstraði við hliðin.

Hún steig þegjandi inn í bekkinn sinn, greip um töskuna sína og augu leituðu að kunnugleika. Það var enginn.

Þetta var samhæfð kennslustofa, hennar fyrsta. Aftur í þorpinu hennar lærðu stúlkur sérstaklega. Það að sjá stráka sitja við hlið stúlkna, tala frjálslega, grínast opinskátt - það fannst mér undarlegt. Ekki slæmt, bara… nýtt.

Hún tók síðasta bekkinn um daginn.

Í hádegishléi buðu tvær stúlkur - Meenal og Trisha - henni að sitja hjá sér. Þeir voru frá nálægum bæjum, klæddust töff fötum, notuðu ensku frjálslega og flettu snjallsímunum sínum eins og það væri annars eðlis.

"Ertu með Instagram?" spurði Meenal.

"Uh... nei," sagði Reena hikandi.

Meenal hló. "Við búum til einn fyrir þig."

Reena kinkaði kolli, óviss um hvort hún ætti að vera spennt eða skammast sín.

Frelsi líður eins og flugi... í fyrstu

Á næstu vikum byrjaði Reena að aðlagast.

Farfuglaheimilið hafði engin útgöngubann eins og heima hjá henni. Hún gat vakað fram eftir degi, gengið um með vinum, hlegið hátt. Enginn sagði henni að sitja beint, lækka röddina, halda sig frá strákum.

Hún keypti sinn fyrsta snjallsíma — ódýrt og einfalt, en nógu gott. Meenal hjálpaði henni að setja upp Instagram og Facebook. Trisha sýndi henni hvernig á að taka selfies og breyta myndum.

Í fyrstu var Reena feimin. Hún birti eina mynd í bláa salwarinum sínum og fékk tvö like-frá Meenal og frænda.

En fljótlega breyttust líkar að hjörtum. Athugasemdir fóru að berast.

„Sætur 😍"

„Falleg stelpa 🖤"

Frá strákum. Frá ókunnugum.

Hún hafði aldrei upplifað þetta áður. Í þorpinu hennar hrósaði fólk mangótrjám, ekki stelpum. Nú hringdi fólk *henni* fallegt. Þeir sendu skilaboð, brugðust við sögum hennar og spurðu um daginn hennar.

Og jafnvel þó að hún vissi að margir þeirra væru ókunnugir, þá leið það... gott. Það fékk hana til að finnast hún sjá.

Draga nýrrar sjálfsmyndar

Með útsetningu kom umbreyting.

Reena byrjaði að gera tilraunir með útlitið sitt - prufaði kajal, sleppti hárinu, fékk lánaða boli frá Trisha. Hún var enn sama stúlkan að innan, en hún var nú að fylgjast með sjálfri sér með augum annarra.

Og því meiri athygli sem hún fékk, því ruglaðari varð hún.

Sumir strákar sendu skilaboð bara til að tala. Sumt var of sætt. Sumir voru daðrandi. Nokkrir sendu skilaboð seint á kvöldin. Sumir játuðu jafnvel ást - eftir að hafa bara séð prófílinn hennar.

Það var smjaðandi en samt yfirþyrmandi.

Hún hló stundum að þessu með Meenal, en innst inni vissi hún ekki hverju hún ætti að trúa.

Voru þeir ósviknir? Voru þeir að hæðast að henni? Þýddi eitthvað af því eitthvað?

Sú óvissa nagaði hana.

Hún minntist Harsh. Æðruleysi hans. Leið hans til að hlusta, ekki bregðast við. Orð hans sem alltaf þóttu örugg.

En Harsh var ekki hér.

Slow Fade of Old Bonds

Aftur í borginni hafði Harsh byrjað í háskóla líka. Þeir töluðu minna núna.
Reena gleymdi stundum að svara. Eða hún myndi svara seint. „Því miður, var úti með vinum," skrifaði hún.
Harsh tók eftir breytingunni.
Hún notaði nú emojis sem hann þekkti ekki. Orðaforði hennar var skyndilega fullur af enskum orðasamböndum. Skilaboðin hennar voru orðin styttri og tónninn afslappaðri.
Þegar hann spurði hana einu sinni: "Er allt í lagi með þig?", svaraði hún: "Já! Lífið er slappt 😂."
Hann var ekki viss um hvað það þýddi.
Hún skrifaði ekki lengur bréf. Sagði að hún væri of upptekin.
Harsh kvartaði ekki. Hann fann bara fyrir vaxandi bili - eins og þeir væru ekki lengur að ganga sömu leiðina.
Reena tók ekki eftir því ennþá. Heimurinn hennar snérist hratt, fullur af verkefnum, nýjum vinum, hlátri, memes og spjalli seint á kvöldin.
En Harsh var rólegri heimur - og á vissan hátt var hún farin að gleyma hvernig á að sitja kyrr í honum.

Fyrsta hrifningin

Meðal margra nafna sem fóru að birtast í pósthólfinu hennar stóð eitt upp úr—**Kabir**.
Ekki vegna þess að hann var háværastur heldur vegna þess að hann var þrautseigur á mjúkan og stöðugan hátt.
Hann var eldri — hávaxinn, vel klæddur, með auðvelt bros og sjálfstraust sem allir tóku eftir. Hann sendi aldrei neinu óviðeigandi skilaboðum. Hann tjáði sig um hugsanir hennar, spurði um kennslustundir hennar, hrósaði einfaldleika hennar.

"Þú reynir ekki að vera eins og allir aðrir. Það er sjaldgæft," sagði hann einu sinni.

Reena vissi ekki hvers vegna þessi orð höfðu svona mikil áhrif á hana.

Hann byrjaði að bíða eftir henni fyrir utan bekkinn hennar. Boðið upp á aðstoð við glósur. Fór með hana einu sinni út í kaffi.

Þegar hann talaði, horfði hann beint í augu hennar. Þegar hann hlustaði, leið eins og hann *í alvöru* sinnti.

Var þetta hvernig ást fannst?

Hann sagðist aldrei elska hana. Ekki enn.

En Reena var farin að ímynda sér hvernig það gæti verið ef hann gerði það.

Dimmandi ljós fortíðarinnar

Harsh sendi henni skilaboð einn daginn: *„Ég sakna gönguferðanna okkar að ánni.*

Hún sá það. Lestu hana tvisvar. En svaraði aðeins eftir klukkustundir: *"Já. Mikið."*

Svo þagði hún spjallið.

Ekki vegna þess að hún hataði hann. En vegna þess að í hvert skipti sem hann sendi skilaboð fann hún fyrir undarlegri sektarkennd.

Hún hafði ekki sagt honum frá Kabir. Um nýja heiminn sem hún var að stíga inn í. Um það hversu ringlað henni leið.

Hún vissi ekki hvað hún átti að segja. Eða hvernig.

Svo hún valdi þögn.

Að missa marks án þess að taka eftir því

Reena var að breytast. Ekki bara hvernig hún klæddi sig eða hvernig hún talaði - heldur hvað hún trúði um sjálfa sig.

Í þorpinu hafði hún verið hljóðláta, feimna stúlkan sem hlustaði meira en hún talaði. Hér var hún hægt og rólega að læra að tala, dansa, smella á selfies, hlæja að vondum bröndurum og daðra til baka.

Hún hafði enn ekki sagt „já“ við Kabir. En hjarta hennar hallaði sér að honum á augnablikum sem hún skildi ekki alveg.

Hún sagði sjálfri sér að hún væri ekki að gera neitt rangt.

Eftir allt saman, Harsh og hún voru bara vinir ... ekki satt?

Táknfræði og tilfinningatónn:

- The **lestarferð** táknar tilfinningalega og sálræna brottför hennar frá þekktu lífi inn í ókunnugt landslag.
- **Samfélagsmiðlar** virkar bæði sem brú og gildra - það tengir hana við víðari heim en fjarlægir hana líka frá áreiðanleika.
- **Kabir** táknar freistingu - ekki endilega illsku, heldur spegil hennar eigin óviðurkennda löngunar til að vera eftirsótt og metin.

Innri átök

Ferðalag Reenu í þessum kafla er ekki svik, heldur af *verða*— um könnun, mistök, sjálfsmynd og varnarleysi.

Hún er ekki illgjarn. Hún er ekki að reyna að særa Harsh. En hún hefur lent í bylgju breytinga sem hún var ekki tilbúin fyrir.

Harsh hafði einu sinni verið akkeri hennar. En núna leið honum meira eins og blaðsíða úr sögubók frá æsku - dýrmæt, en fjarlæg.

Og á meðan Reena flaut í gegnum þetta nýja haf athygli og valkosta, vissi hún ekki enn að hún var hægt og rólega að losa sig við eina manneskjuna sem hafði sannarlega séð hana eins og hún var - án sía, án sjónarhorna, án væntinga.

Eitt kvöldið situr Reena á farfuglaheimilisrúminu sínu og flettir í gegnum eigin Instagram prófíl. Mynd með Kabir á háskólahátíð. Andlit hennar ljómaði undir ævintýraljósum.

Hún skiptir um forrit og sér ólesin skilaboð Harsh frá því fyrir viku.

"Er allt í lagi með þig? Þú ert fjarlægur undanfarið."

Hún starir á það.

Og án þess að svara, slekkur á símanum.

Ekki vegna þess að henni er sama — heldur vegna þess að hún veit það ekki *hvernig* að vera sama lengur.

Ekki á sama hátt.

KAFLI 6: BORGIR INNAN BORGA

Harsh sigrar um háskólalífið í borginni – umkringdur hávaða, freistingum og truflunum, en er samt tilfinningalega agaður.

Fyrsta innsýn í borgina

Harsh stóð fyrir utan hlið nýja háskólans síns, augun horfðu á háu glerbyggingarnar sem ramma inn sjóndeildarhringinn. Borgin andaði öðruvísi - suðandi, miskunnarlaus, hlaðin hreyfingu. Þetta var ekki í fyrsta skipti sem hann fór í neðanjarðarlest, en það *var* fyrsta skiptið sem hann var einn í einu.

Nýja Delí hafði sinn eigin takt, ólíkt rólegum götum þorpsins hans eða jafnvel fámennu bæjunum sem þeir höfðu flutt í gegnum við flutning föður hans. Það var fólk alls staðar - að fara yfir vegi, prútta um götumat, límt við síma, öskra, hlæja, hreyfa sig eins og tíminn sjálfur væri að elta þá.

Hann gekk í gegnum hliðin með tösku þyngri með bókum en búist var við. Hlýjan í þorpssumrunum og hlátur Reenu loðuðu enn við hugsanir hans, en nú fór bergmál bílaflautna, neðanjarðarlestartilkynninga og háværs háskólaspjalls að yfirskrifa þessar minningar.

Stefna og athugun

Fyrsta vikan var ringulreið. Kynningaráætlanir fullar af óþægilegum leikjum, farfuglaheimiliseyðublöðum, skjölum og hundruðum nafna sem hann mundi ekki. En Harsh var rólegur áhorfandi - einn af þeim sem sátu í næstsíðasta röð, horfði meira en hann talaði og brosti aðeins þegar eitthvað virkilega hreyfði við honum.

Herbergisfélagar hans voru andstæðar - háværir, leiftrandi, alltaf að elta flokka og stelpur. Þeir flettu Tinder eins og það væri hluti af námskránni og samtöl þeirra snerust um nýjustu memes og hverjir tengdust hverjum.

"Vinur Harsh, stelpur hljóta að hafa tekið eftir þér. Af hverju ertu svona klár?" spurði einn þeirra eina nótt.

Harsh brosti bara. "Það er mjög erfitt að búa einn."

Það var ekki hroki. Það var skýrleiki.

Hann hafði ekki áhuga á fólki - hann leitaði bara ekki til þeirra til að fá staðfestingu. Tilfinningaheimur hans hafði alltaf verið djúpur, hljóðlega bundinn minningum um viðræður við árbakka, mangótré og ósíað bros Reenu. Þessum hluta hans hafði ekki verið skipt út fyrir birtu borgarinnar - hann hafði einfaldlega verið falinn undir lögum nýrrar reynslu.

Jafnvægislög: Nám og þögn

Háskólinn var krefjandi - verkefni, kynningar, hópverkefni. En Harsh dafnaði vel í því rými. Hann var ekki toppurinn, en prófessorar hans tóku eftir honum - ígrunduðu svörin hans, innsýn í ritgerðir hans, virðing hans fyrir dýpt hlutanna sem aðrir renndu yfir.

Einn af prófessorum hans sagði einu sinni: "Þú hugsar eins og einhver eldri en þinn aldur."

Og kannski gerði hann það. Lífið hafði kennt honum með kveðjum, stöðugum breytingum og þörfinni fyrir að festa rætur inni í eigin sjálfum sér þegar heimurinn í kring breyttist.

Hann fann huggun á bókasafninu og eyddi oft klukkutímum á milli bóka og minnismiða. Stundum skrifaði hann. Ekki fræðilegar athugasemdir, heldur hugsanir - um ást, missi, sjálfsmynd. Um tilfinninguna fyrir fjarlægð frá einhverjum sem bjó enn í hjarta þínu eins og heima. Um að vera ósýnilegur í hópi. Um hávaða án tengingar.

Freisting truflana

Borgin bauð ekki bara upp á tækifæri - hún bauð upp á flótta. Það voru veislur næstum allar helgar. Hávær tónlist, dauft ljós, drykkir sem fengu fólk til að tala of frjálslega og láta sig of lítið varða.

Harsh fór einu sinni eða tvisvar, að kröfu vina sinna. Hann stóð hljóður nálægt brúninni og sötraði gos á meðan hann horfði á fólk þoka út mörkin milli ánægju og tómleika.

Stúlkur komu að honum. Sumum fannst þögn hans forvitnileg. „Þú ert öðruvísi," myndu þeir segja og brosa daðrandi. "Þú hugsar of mikið."

Hann brosti kurteislega til baka. Taktu þátt í smáspjalli. En þar endaði það.

Þetta snerist ekki um siðferði. Þetta snerist um tengingu. Hann vildi ekki tímabundna félagsskap eða gervi nálægð.

Hann vildi eitthvað raunverulegt.

Hann átti nú þegar einhvern alvörumann.

Eða hann allavega *hugsaði* hann gerði það.

Bréf snúa að þögn

Harsh hafði alltaf fundið huggun við að skrifa. Hann var vanur að senda Reenu handskrifuð bréf þegar þau voru yngri - slök en einlæg. En sú venja var farin að fjara út. Fyrst til WhatsApp, síðan til einstaka texta. Og nú komu jafnvel þeir sjaldnar.

Hann tók eftir breytingunni.

Svörin komu hægar, styttri.

Stundum leið dagur án þess að svara.

Og þegar hann loksins fékk einn, fannst það ... fjarlægt. Eins og einhver sem svarar formsatriði, talar ekki frá hjartanu.

Einu sinni spurði hann: *"Þú virðist öðruvísi þessa dagana. Er allt í lagi?"*

Hún svaraði: *"Ég er bara upptekinn. Háskólalífið er erilsamt. Þú munt skilja það fljótlega."*

Hann ýtti ekki lengra. Hann hafði aldrei verið góður til að biðja um ástúð.

En það var sárt. Hljóðlát.

Gömul skuldabréf, ný fjarlægð

Minningar Harsh um Reenu voru ljóslifandi.

Hláturinn hennar bergmálaði yfir túnin, hvernig hún þurrkaði svita af enni sínu eftir að hafa leikið sér í sólinni, þögul hvísl hennar á næturgönguferðum þeirra, sameiginlegir leynidraumar þeirra.

Í borginni virtust þessar minningar eins og atriði úr gamalli kvikmynd — mjúkar, gylltar, næstum óraunverulegar.

Hún hafði breyst. Hann fann það í rödd hennar, sá það í uppfærslum hennar á samfélagsmiðlum. Ný föt. Ný orðatiltæki. Nýtt fólk.

Og þó hann væri ekki eignarmikill, gat hann ekki stöðvað verkina. Ekki vegna þess að hún var að kanna, heldur vegna þess að hún var það *að gleyma*— að gleyma rótunum sem einu sinni héldu þeim svo nálægt.

Augnablik einveru

Eitt rigningarkvöld stóð Harsh við gluggann á farfuglaheimilinu sínu og horfði á vatn streyma niður málmgrindina. Lyktin af blautri steinsteypu hækkaði eins og nostalgía. Það minnti hann á monsúnin í þorpinu - uppáhalds árstíð Reenu.

Hann tók upp minnisbókina sína og byrjaði að skrifa:

„Hvernig heldurðu áfram að elska einhvern sem er hægt og rólega að verða ókunnugur?

Bíðið þið?

Lætur þú fara?

Eða heldurðu áfram að skrifa ljóð sem þau munu aldrei lesa?"

Hann hafði ekki svörin. En spurningarnar voru félagar hans.

Að byggja upp innri heim hans

Þegar leið á önnina fann Harsh styrk í rútínu. Snemma morguns, rólegar máltíðir, fyrirlestrar, bækur, dagbókarskrif. Hann var ekki andfélagslegur - hann eignaðist vini, hjálpaði öðrum, brosti oft. En fáir þekktu hann í raun.

Hann byrjaði að birta hugsanir sínar nafnlaust á bloggi. Lítil skrif, tilfinningabrot, hugleiðingar.

Honum til undrunar brást fólk við.

„Þú skrifar það sem mér finnst en get ekki sagt," sagði einhver.

"Ertu rithöfundur eða bara niðurbrotinn eins og ég?" sagði annar.

Í fyrsta skipti áttaði Harsh sig á því að sársauki hans hafði kraft - að varnarleysi, þegar það er beint, gæti orðið tengsl.
Hann skrifaði ekki beint um Reenu. En hún lifði á milli línanna.

Karaktertáknfræði og þematískur kjarni

Harð táknar **innri styrk og tilfinningalega skýrleika** sem öskrar ekki, heldur hvíslar. Hann stendur fyrir eins konar ást sem krefst ekki, aðeins býður.
Borgin er bæði próf og kennari. Það kastar truflunum á hann, þorir honum að missa sig, blandast inn í hávaðann - en Harsh heldur fast við akkeri.
Sársauki hans gerir hann ekki bitur. Það snýr honum *meðvituð*. Hann byrjar að skilja fólk dýpra - ekki bara Reenu, heldur aðra líka.
Hann sér herbergisfélaga sína elta samþykki. Hann sér bekkjarfélaga fela einmanaleika á bak við likes og hashtags. Og hann sér sjálfan sig, standa í rólegri fjarlægð, læra að finna frið í einsemd.

Fyrirmynd og tilfinningaleg undirstraumur

Þessi kafli plantar tilfinningalegum fræjum þess sem á endanum mun gera Harsh að blómstra í eitthvað meira. Tilfinningalegt aðhald hans, sem einu sinni hefur verið litið á sem sljórt eða „of alvarlegt“, er það sem mun fá hann til að rísa upp síðar – ekki sem hefnd, heldur sem lexía í þolinmæði og þroska.
Á meðan Reena kannar ytri heiminn, byggir Harsh sinn **innri heimur**—lag fyrir lag, hljóðlega, ákveðið.

Lokaatriði: Bókasafnið

Kvöld eitt, þegar hann yfirgefur háskólabókasafnið, finnur Harsh lítinn miða fastan í ljóðabók:
„*Við erum öll bara að leita að einhverjum sem sér okkur þegar heimurinn gengur framhjá.*
Hann veit ekki hver skrifaði það.
En hann brosir.
Vegna þess að einhvers staðar, í hávaða borgarinnar, í þögn hjarta síns, veit hann að hann er að verða þessi manneskja.
Ekki bara fyrir einhvern annan heldur fyrir *sjálfur.*

Fjarlægð fer að hafa áhrif á þau - textar hægja á sér, símtöl styttast. Misskilningur læðist að.

Hið rólega upphaf fjarlægðar

Fjarlægð byrjar ekki alltaf með baráttu. Stundum byrjar það hljóðlega - með texta sem er ólesinn, símtal sem var ekki svarað og ekki svarað eða skilaboðum sem svarað er með orði eða emoji. Fyrir Harsh og Reenu var þetta ekkert öðruvísi.

Fyrstu vikurnar eftir aðskilnað þeirra - Harsh í Delhi, Reena í nálægum bæ - reyndu þeir enn. Það voru símtöl á hverju kvöldi þar sem þau ræddu um fyrirlestrana sína, gistiheimilismat og hvernig borgarlífið var öðruvísi. Reena hló að klaufalegum tilraunum sínum til að sigla um bæjarrútur á meðan Harsh deildi litlum ljóðrænum línum sem hann hafði skrifað um daginn. Samband þeirra, þótt fjarlæg, andaði enn.

En hægt og rólega fór tíðnin að breytast.

Það sem einu sinni var daglegur helgisiði breyttist í aðra daga. Svo einu sinni á þremur dögum. Þá sporadískt. Lífið, eins og það gerir, byrjaði að fylla rýmin sem þau höfðu frátekið fyrir hvort annað.

The Shift in Tone

Reena hafði fundið nýjan heim. Háskólinn hennar var ekki bara háskólasvæði - það var menningarleg sprenging. Nýtt fólk, ný föt, klúbbar, opnir hljóðnemar, veislur ferskari og Instagram sögur sem fanguðu hvert augnablik.

Í vinahópnum sínum fór hún að fá meiri athygli en hún átti að venjast. Hrós komu oft. Sumir saklausir, aðrir leiðbeinandi. Það voru strákar sem líkaði við færslur hennar innan nokkurra sekúndna, sem sendu henni skilaboð daglega, sem báðu hana út í kaffi og smelltu selfies með henni.

Í fyrstu hló hún af því. „Þeir eru bara vinir," sagði hún einu sinni við Harsh í símtali.

„Ég veit það," sagði Harsh. "Ég treysti þér."

Og hann meinti það. En eitthvað í tóninum hennar var öðruvísi þetta kvöldið - eins og æft svar, ekki heiðarlegt.

Frá hans hlið tók Harsh eftir fínlegum breytingum: hvernig Reena tók lengri tíma að svara, hvernig skilaboðin hennar voru formlegri, broskörlunum sjaldnar, hlýjan dekkaði. Þegar hann deildi persónulegu ljóði eða hugsun, urðu viðbrögð hennar þurr – „Hmm" eða „Nice" í stað ritgerðanna sem hún sendi einu sinni.

Tilkoma þögnarinnar

Eitt sunnudagskvöld hringdi Harsh í hana eins og venjulega. Síminn hringdi. Ekkert svar. Hann beið. Hringdi aftur klukkutíma seinna. Enn ekkert svar.

Morguninn eftir sendi hún skilaboð: *"Var úti með vinum, sorryyy! Sofnaði eftir það."*

Hann vildi trúa henni. En bilið á milli lífs þeirra var nú sýnilegt. Á meðan hún var á kafi í sjálfsprottinni háskólavináttu og skemmtiferðum hafði Harsh byggt heim sinn í kringum aga, sjálfsígrundun og tilfinningalega skuldbindingu hans við hana.

Þögnin á milli þeirra var ekki alltaf bókstafleg. Það var tilfinningaþrungið.

Þeir töluðu — en sögðu minna. Þeir sendu sms-en tengdu minna.

Og stundum var þögnin hæst þegar einhver svaraði en gerði það ekki *í alvöru* svara.

Væntingarstríð

Harsh reyndi að koma því á framfæri, blíðlega. "Reena, þú ert alltaf upptekin þessa dagana. Er allt í lagi?"
"Ég er bara að koma mér fyrir. Þú veist hvernig þetta er," svaraði hún.
"Ég geri það. En við tölum ekki saman eins og áður."
"Svo? Við erum að stækka. Hlutirnir breytast. Þýðir ekki að mér sé alveg sama."
Hann þagði.
"Það er ekki það sem ég meinti. Það er bara... mér finnst ég vera að missa þig smátt og smátt."
Reena andvarpaði. "Kannski ertu bara að hugsa of mikið. Þú gerir það alltaf."
Og þar með lauk samtalinu - ekki í reiði, heldur í *forðast*.
Það varð að mynstri: annar kom með eitthvað alvarlegt og hinn myndi forðast það. Litlar kvartanir snæddu í kaldar þögn. Lítill misskilningur – gleymd svör, mislesnir tónar, mismunandi forgangsröðun – byrjaði að rífa þá í sundur eins og þræði sem losnaði.

Ólíkir heimar, mismunandi tempó

Reena fór að eyða meiri tíma með nýja hópnum sínum. Hún byrjaði að deila myndum sínum, klippum úr háskólaviðburðum og frjálslegum sögum á samfélagsmiðlum. Viðvera hennar á netinu jókst lifandi – fleiri selfies, hópmyndir, spólur með vinsælli tónlist.
Harsh tók eftir þessu öllu en tjáði sig aldrei. Hann vildi ekki virðast óöruggur. En innst inni verkaði eitthvað.

Hann saknaði útgáfunnar af henni sem sendi handskrifuð bréf og raddskilaboð á miðnætti með feimnislegu flissi. Stúlkan sem einu sinni hikaði við að taka selfies var nú að birta „kaffistefnumót“ myndir með strákum sem pósaðu of náið.

Á meðan var heimur Harsh stöðugur – bækur, bókasöfn, ljóð og rólegar nætur hans. Hann hitti fólk líka, talaði við stelpur, fékk jafnvel oft hrós. En hann hafði dregið línu í kringum sig sem aðeins einn maður mátti nokkurn tíma fara yfir.

Reena var hætt að banka á hurðina.

Fyrsti meiriháttar misskilningur

Kvöld eitt sendi Harsh henni rödd – ljóð sem hann hafði samið í tilefni afmælisins hennar. Það var um stjörnumerki og æsku, og hvernig hún var enn stjarnan sem hann fylgdi jafnvel á þessum víðfeðma borgarhimni.

Hún svaraði ekki í heilan dag.

Þegar hún gerði það var það texti: *"Fyrirgefðu, gleymdi að hlusta. Búinn að vera mjög bundinn. Mun athuga seinna."*

En síðar kom aldrei.

Tveimur dögum síðar tók Harsh það upp. — Líkaði þér ekki ljóðið?

„Ég fékk ekki tíma,“ svaraði hún af léttúð.

„Það eru tvær mínútur, Reena.

„Hörð, ég get ekki setið allan daginn og hlustað á ljóð. Ég á líka líf hérna.“

Það særði meira en hún vissi.

Það sem áður var sameiginlegt tungumál var nú orðið að pirringi.

Brotpunktar í bitum

Misskilningur þurfti ekki lengur ástæðu. Allt varð *of mikið* eða *of lítið*.

- Harsh yrði sár ef hún færi út og sagði honum það ekki.
- Reena myndi finna fyrir köfnun ef hann spurði of margra spurninga.
- Harsh myndi biðja um fimm mínútna alvöru samtal.
- Reena myndi segja að hann væri of þurfandi.

Sérhver tilraun til að tengjast aftur benti aðeins á hversu langt þeir voru þegar farnir.

Á einum tímapunkti, í símtali, spurði Harsh lágt: „Viltu jafnvel vera með mér lengur?

Það varð hlé.

„Ég veit ekki hvað ég vil lengur," hvíslaði hún.

Þögnin sem fylgdi var ekki óþægileg. Það var endanlegt.

Þyngd ósögðra orða

Hvorugur þeirra lagði á þetta kvöldið. Línan bara dofnaði þegar merkið féll og hvorugur reyndi að hringja til baka.

Á næstu vikum urðu samskipti venjubundin og grunn:

- "Hvernig var dagurinn þinn?"
- "Allt í lagi. Kveðja?"
- "Upptekinn."

Og svo hætti meira að segja því.

Harsh starði á skjáinn sinn í nokkrar mínútur, skrifaði og þurrkaði út skilaboð. Hann vildi ekki sýnast veikur. En hann saknaði hennar eins og hluti af honum sjálfum væri á villigötum.

Reena var aftur á móti rugluð. Hún hataði ekki Harsh. Reyndar fletti hún stundum í gegnum gömlu spjallin þeirra og brosti. En lífið gekk of hratt. Og Harsh - svo rætur í tilfinningaheimi sínum - leið eins og einhver úr öðru lífi.

Tilfinningalegt samband

Það er eins konar ástarsorg sem springur ekki. Það leysist upp. Hljóðlega, með tímanum. Eins og hljóðið af rigningu sem hverfur eftir storm — varla merkjanlegt, en þó endanlegt.
Það var það sem samband Harsh og Reenu var orðið.
Það sem einu sinni hafði verið tré sem blómstraði með sameiginlegum draumum og endalausum samtölum var nú þurr stilkur af gleymdum venjum og ólesnum skilaboðum.
Harsh hætti að senda ljóð.
Reena hætti að þykjast hafa áhuga.
Hvorugur þeirra sagði „bless". En þeir voru þegar hættir að segja "Ég sakna þín."
Og það var kannski sorglegasta kveðjan af öllu.

Þemu og tilfinningakjarni

Þessi kafli kannar **ósýnilega hrörnun** ástarinnar – hvernig líkamleg fjarlægð eykur oft tilfinningalegt bil, hvernig ósagðar væntingar kæfa sambönd og hvernig þögn, þegar hún er óleyst, verður háværari en orð.
Það sýnir djúpt skyld mynd af ungri ást sem prófuð er af óumflýjanlegum hraða lífsins og vaxtarverkjum. Kaldhæðnin felst í því hversu mikið bæði Harsh og Reena þótti enn vænt um á sinn hátt, en tókst ekki að hittast á miðjunni.
Vöxtur þeirra var ekki lengur samhliða — hann var ólíkur.

Harð, með rætur í sjálfsskoðun og tilfinningalegum aga, byrjaði að snúa sársauka sínum inn á við, móta hann í sjálfsvitund.
Reena, hrifin af nýjungum og ytri staðfestingu, byrjaði að missa tengslin við kjarna þess sem hún einu sinni var.
Leiðir þeirra voru enn hlykkjóttar, enn að þróast - en ekki lengur samstilltar.

Eitt rigningarkvöld stóð Reena undir strætóskýlinu og fletti í gegnum símann sinn. Skjárinn hennar lýsti upp með minnistilkynningu — mynd frá því fyrir tveimur árum: hún og Harsh, sitjandi á þorpsrólunni, hlæjandi að einhverju heimskulegu.
Hún starði á það um stund. Tár féll niður. Hún þurrkaði það ekki burt.
Míla í burtu sat Harsh á háskólabókasafninu og skrifaði niður annað ljóð - ekki um ást, heldur um að sleppa takinu.
Hann beið ekki lengur eftir svari hennar.
Hann þurfti þess ekki lengur.
En einhvers staðar djúpt inni sat eftir mjúkur sársauki.
Ekki til hvers *var*, en til hvers *hefði getað verið*— hefðu línurnar á milli þeirra ekki dofnað svo fljótt.

8. KAFLI: SKUGGAR OG BROS

Reena kemst nær öðrum strák — ljúf orð, umhyggjusöm bendingar. Harsh skynjar breytinguna.

Nýi vinurinn

Lífið er fullt af litlum umskiptum. Það sem virðist vera saklaus tengsl, hverful vinátta, þróast oft í eitthvað meira - hvort sem það er rétt eða ekki. Fyrir Reenu byrjaði þessi nýja tenging sem ekkert annað en frjálslegur vinskapur við strák í háskólanum hennar. Hann hét Arjun – samnemandi sem sat við hliðina á henni í sumum fyrirlestrum, hjálpaði henni við verkefni og hitti hana oft í hléum í kaffi eða fljótlegt spjall.

Í upphafi var vinátta þeirra létt í lund og meinlaus. Arjun var góður og vingjarnlegur, alltaf til staðar þegar hana vantaði hönd með glósur, brandararnir hans fljótir að hlæja. Þetta var eins konar félagsskapur sem maður gæti búist við frá háskólanum - tengsl byggð á sameiginlegum kennslustundum, sameiginlegum stundum á bókasafninu og sameiginlegum hlátri yfir litlum pirringi.

En það leið ekki á löngu þar til dýnamíkin fór að breytast. Arjun byrjaði að senda Reenu oftar skilaboð - textaskilaboð sem snerust ekki lengur um skólann, heldur um hana. Um hvernig bros hennar lýsti upp daginn hans. Hvað hann elskaði hvernig hún talaði. Hvernig nærvera hennar gerði stundum allt auðveldara.

Í fyrstu brosti Reena við þessum skilaboðum. Það var gaman að heyra svona orð. Eftir allt saman, hver naut þess ekki að vera dáður? Og það var ekki eins og Harsh væri til að segja þessa hluti lengur. Samtöl þeirra voru orðin færri, sambandið daufara.

Svo, Reena fór að hlakka til skilaboða Arjun. Þau voru sæt. Orð hans báru hlýju sem texta Harsh hafði vantað undanfarnar vikur. Og þó að hún hafi reynt að greina það ekki of mikið, vaknaði eitthvað í bakinu á henni - lítið fræ af forvitni og eitthvað sem hún átti eftir að skilja til fulls.

The Subtle Pull

Arjun var allt sem Harsh var ekki. Hann var til staðar, tiltækur, tilfinningaríkur. Hann var ekki fjarlæg minning eða gömul vinátta bundin nostalgíu; hann var hér, núna. Með henni. Hann deildi hádegishléi með henni, sat við hlið hennar í fyrirlestrum og fór með henni í kvöldgönguferðir. Arjun var ekki hræddur við að sýna ástúð, ólíkt Harsh, sem var hlédrægari, jafnvel þó að þeir hefðu einu sinni deilt óneitanlega tengslum.

Því meiri tíma sem Reena eyddi með Arjun, því þægilegri varð hún í návist hans. Hún var ekki lengur feimin eða óviss um sjálfa sig, eins og hún fann stundum fyrir Harsh. Arjun lét hana finnast hún vera séð, mikilvæg og dáð á þann hátt sem hún hafði ekki fundið fyrir í langan tíma. Bendingar hans voru einfaldar - að hjálpa henni með þunga tösku, senda henni blóm eftir erfið próf, hringja í hana bara til að kíkja inn. En hver bending virtist hafa dýpt yfir sér, sem Reena gat ekki annað en metið.

Þessi nýfengna athygli var þó ekki án afleiðinga. Skilaboð hennar til Harsh urðu sjaldgæfari. Það sem einu sinni hafði verið hjartnæm svör við ljóðum hans og langir textar um daglegt líf þeirra höfðu breyst í stutt og einföld orðaskipti. "Góða nótt, Harsh." "Hvernig gengur allt?" "Upptekið, talaðu seinna."
Aftast í huganum vissi hún að hún var að draga sig í burtu. En hún vissi ekki hvers vegna. Henni þótti enn vænt um Harsh, þótti enn vænt um hann, en Arjun var að fylla í skarð sem hún hafði ekki gert sér grein fyrir að væri til.
Og svo kvöld eitt, þegar hún stóð og beið eftir Arjun við háskólahliðið, sendi Harsh henni skilaboð: "*Hæ, Reena, vildi bara heyra rödd þína.*"
Fingur hennar sveimuðu yfir skjánum í smá stund áður en hún svaraði: "*Ég bíð bara eftir Arjun, mun tala seinna.*"
Hjarta hennar sleppti takti og hún hristi höfuðið fljótt. Af hverju fannst þér það vera svik?

Vaxandi skilning Harsh

Harsh hafði alltaf verið tilfinningalega agaður, svona manneskja sem stjórnaði hvötum sínum og hélt tilfinningum sínum í skefjum. En um leið og textarnir fóru að hægja á sér og viðbrögð Reenu urðu fjarlægari, læddist inn óróleiki. Hann hafði skynjað það, jafnvel áður en hún sendi honum þetta stutta svar. Eitthvað var öðruvísi. Og hann fann það. Eitthvað hafði breyst í sambandi þeirra.
Eðli hans sagði honum að draga ekki ályktanir. Hann vildi ekki vera sú tegund sem gerði ráð fyrir því versta án sannana. En samt myndaðist hnútur í maganum á honum í hvert skipti sem hann opnaði símann sinn í von um að sjá hugsi skilaboð frá Reenu, bara til að finna skjótt, ópersónulegt svar.

Hann sagði ekkert um stund. Harsh vildi ekki ýta henni. Hann vildi virða rýmið hennar, en þögnin á milli þeirra fór að líða eins og veggur. Hinu frjálslega, kærleiksríka kjaftæði sem þeir höfðu einu sinni var nú skipt út fyrir formsatriði. Hann starði lengur á skjáinn sinn og beið eftir merki um að allt væri enn í lagi. En því lengur sem hann beið, því fjarlægari varð hún.

Og svo var eitthvað sem hann gat ekki hunsað - minnst á Arjun. Ekki beint, heldur í framhjáhlaupi. Hún talaði um hvernig hann hefði hjálpað henni við verkefni eða hvernig hann hefði komið með kaffi eftir langan dag. Harsh lét það ekki sjást, en innst inni fann hann fyrir öfundsýki.

Hann hafði verið til staðar fyrir hana - í gegnum barnæskuna, í gegnum menntaskólann og jafnvel í gegnum fyrsta árið í háskóla. En nú var einhver annar sem virtist vera þarna og fyllti plássið sem hann átti einu sinni.

Tilfinning um svik

Kvöld eitt fann Harsh sjálfan sig að ganga eftir rólegri götu, hugsanir hans hrökklast. Hann gat ekki hunsað vaxandi fjarlægð milli hans og Reenu lengur. Hugur hans endurspeglaði hvert samtal, í hvert sinn sem hún hafði nefnt nafn Arjunar með meiri væntumþykju en hún hafði nokkru sinni notað um hann. Hann var ringlaður - var þetta eðlileg breyting í lífi hennar, eða var hún meðvitað að flytja frá honum?

Það voru ekki bara skilaboðin eða orðin sem trufluðu hann. Það var tilfinningin að vera skipt út. Harsh vildi ekki vera þessi manneskja sem loðaði við einhvern sem fannst ekki lengur það sama. En hvernig gat hann ekki fundið fyrir toginu? Hvernig gat hann ekki fundið fyrir því að besti vinur hans, trúnaðarvinur hans, væri að renna undan?
Um kvöldið ákvað hann að hringja í hana. Honum var sama um seinni tíma; hann þurfti að heyra rödd hennar, reyna að átta sig á hvað var að gerast.
"Reena?" Rödd hans var hljóðlát þegar hún svaraði, næstum eins og hann væri hræddur við að trufla eitthvað viðkvæmt.
"Ó, Harsh. Hvað er að?"
Tónn hennar var fjarlægur — kurteis, en ekki hlýr. Það var það fyrsta sem hann tók eftir. Annað sem hann tók eftir var dauft hljóð frá annarri rödd í bakgrunni — Arjun, þó hún sagði ekkert um það.
„Mig langaði bara að tala," sagði Harsh varlega. „Mér finnst eins og við höfum farið í sundur. Það eru vikur síðan við áttum alvöru samtal."
Það var hlé og svo mjúkt andvarp. "Ég veit það, Harsh. Fyrirgefðu. Ég hef verið... upptekinn. Það er mikið að gerast hérna, og ég býst við... ég veit það ekki. Ég veit ekki hvað er að gerast."
Harsh fann fyrir rugli og sorg. "Er einhver annar?"
Reena hikaði áður en hún svaraði. "Ekki eins og þú heldur. En það er einhver hérna sem... er sama. Meira en ég bjóst við."
Hjarta Harsh féll. Hann vissi nákvæmlega um hverja hún var að tala.
„Ég sé það," svaraði hann lágt og rödd hans sýndi sársauka sem hann reyndi að fela.

„Ég ætlaði ekki að særa þig," sagði Reena, rödd hennar mjúk. "En ég held að ég sé bara... að breytast."
Harsh sagði ekki neitt í langa stund. Hann gat það ekki. Orðin voru þung og hann vildi ekki segja eitthvað sem hann myndi sjá eftir. Hann vissi bara ekki lengur hvað var að gerast.
„Allt í lagi," sagði hann að lokum, rödd hans köld þrátt fyrir tilraunir hans til að halda ró sinni. "Mig langaði bara að vita."
"Fyrirgefðu, Harsh."
Hann lagði á símann áður en hann gat sagt nokkuð meira.

The Quiet Aftermath

Næstu dagar liðu í þoku hjá þeim báðum.
Fyrir Reenu var það eins og þyngd lyftist af öxlum hennar. Heiðarleikinn í samtali þeirra gaf henni skýrleika. Hún vildi ekki meiða Harsh, en hún áttaði sig á því að hún var ekki sama manneskjan og hún hafði verið þegar þau hittust fyrst. Hún hafði breyst og tilfinningar hennar breyttust líka. Arjun var öðruvísi en Harsh. Hann var nær henni núna, á þann hátt sem Harsh var ekki. Tilfinningalega nánd sem hún hafði einu sinni deilt með Harsh hafði breyst í eitthvað flókið og hún var ekki viss um hvað það þýddi.
Fyrir Harsh var þetta blanda af sorg og viðurkenningu. Hann skildi að Reena var að breytast. Fólk þroskast í sundur. En það gerði þetta ekki minna sársaukafullt. Það var ekki það að hann vildi ekki að hún væri hamingjusöm - það var bara erfitt að sjá hana svo upptekna af einhverjum öðrum þegar þeir höfðu einu sinni verið allt fyrir hvort annað.

Dagarnir eftir samtal þeirra einkenndust af þögn. Harsh náði ekki til. Hann þurfti þess ekki. Hann vissi að allar tilraunir til að brúa vaxandi gjá væri tilgangslausar. Og Reena, þótt hún hugsaði enn oft um hann, leyfði bilinu að vaxa á milli þeirra.

Hún var jú ekki lengur stúlkan sem einu sinni hafði eytt sumrum í hlátri undir sama trénu.

Þemu og tilfinningakjarni

Í þessum kafla eykst tilfinningaleg spenna milli Harsh og Reenu þegar vaxandi áhrif annars drengs - Arjun - byrjar að draga athygli Reenu frá. Sakleysi og nánd þeirra einu sinni órjúfanlega tengsl eru prófuð af tíma, tilfinningalegum breytingum og nýjum samböndum. Tilfinning Harsh fyrir svikum og rugl Reenu endurspegla viðkvæmt eðli ástar og viðhengi, sem sýnir hversu auðveldlega fólk getur losnað í sundur þegar líf þeirra er sundurleitt.

Þessi kafli fangar margbreytileika samskipta sem þróast, þar sem róleg fjarlægð vex í eitthvað sársaukafyllra en bein árekstra.

9. kafli: Sprungur í glerinu

Fyrstu alvarlegu rifrildi þeirra eiga sér stað - rangfærslur breytast í sök. Tengsl þeirra fara að veikjast.

Lognið á undan storminum

Það eru augnablik í hverju sambandi – hvort sem það er vinátta, ást eða eitthvað þar á milli – þegar sprungurnar sem hafa myndast í þögn koma skyndilega í ljós. Þeir hafa vaxið hljóðlega, óséðir, þar til einn atburður eða orð hrynja allt. Hjá Harsh og Reenu kom þetta augnablik í formi misskilnings.

Vikurnar eftir síðasta samtal þeirra höfðu verið rólegri en hvorug þeirra átti von á. Reena fann sjálfa sig á reki, týnd í völundarhúsi háskólalífsins, föst á milli fortíðar og nútíðar. Hún var hætt að leita að skilaboðum Harsh og einbeitti sér í staðinn að Arjun og vaxandi tengslum við hann. En hluti af henni, hluti sem enn hélt í árunum saman í þorpinu, fann fyrir fjarveru Harsh í lífi sínu. Hún saknaði þess hvernig hann var vanur að fá hana til að hlæja áreynslulaust, hvernig hann virtist alltaf skilja án þess að þurfa orð. En hún gat ekki stillt sig um að teygja sig.

Fyrir Harsh var þögnin heyrnarlaus. Stolt hans, það sem hélt honum alltaf í skefjum, kom í veg fyrir að hann náði fyrst. Hann fann að fjarlægðin eykst á milli þeirra, en hann neitaði að elta einhvern sem var ekki eins fjárfestur lengur. Í hvert sinn sem hann sá tilkynningu í símanum sínum, vaknaði vonarflak í brjósti hans - aðeins til að dofna þegar hann sá að nafnið var aldrei Reena. Hægt og rólega breyttist vonin í gremju. Hann fór að finna fyrir gremju. Hún hafði ekki breyst, en hún gerði það. Og hann gat ekki skilið hvers vegna hún lét bilið á milli þeirra stækka svona breitt.

Spennan á milli þeirra byggðist hægt og rólega og það var þessi vaxandi óþægindi sem loksins braust út eitt afdrifaríkt kvöld.

Deilan kviknar

Þetta byrjaði sem einföld skilaboð. Harsh hafði farið sífellt meira í taugarnar á Reenu. Hann saknaði hennar; hann þráði tenginguna sem þeir deildu einu sinni. Þannig að hann ákvað að ná aftur, jafnvel þótt það væri eins og hann væri sá sem væri að vinna alla vinnuna.

"Hæ, Reena. Það er stutt síðan. Ég vildi bara kíkja inn. Hvernig hefurðu það?"

Hann beið. Sekúndur leið eins og klukkustundir. Svo kom svarið – stutt, fjarlægt og ópersónulegt:

„Ég er góður. Upptekinn af háskólavinnu. Talaðu seinna.“

Harð starði á skjáinn. Það var ekki það að skilaboðin væru köld, en það leið eins og svo væri. Hann reyndi að hrista af sér gremjuna sem spruttu upp í brjósti hans en það tókst ekki. Þetta var ekki í fyrsta skipti sem Reena svaraði svona, en það var í fyrsta skipti sem honum leið eins og hún væri viljandi að draga sig í burtu.

Skilaboðin slógu meira en skyldi og í þögninni sem fylgdi læddist dökk hugsun inn í huga hans. Hann langaði til að rífast. Hann vildi að hún fyndi það sem honum leið. Þess í stað kaus hann að bregðast við, en ekki með sínum venjulega skilningi.

"Þú hefur sagt það í margar vikur núna. Ég skil það. Ég ætla ekki að trufla þig."

Orðin héngu í loftinu á milli þeirra, full af ósögðum ásökunum. Það var ekki hans venjulegi tónn - venjulega var Harsh þolinmóður, alltaf skilningsríkur. En reiðin hafði verið í uppsiglingu allt of lengi. Þörfin fyrir skýrleika, fyrir hana til að sýna að henni væri enn sama, hafði náð suðumarki.

Svar Reenu kom fljótt, en það var ekki það sem Harsh bjóst við.

"Hvers vegna læturðu svona? Ég hef verið upptekinn, Harsh. Það er margt að gerast. Það er ekki eins og mér sé sama um þig, en þú gerir það erfiðara með þessari stöðugu þrýstingi."

Orð hennar skera sig dýpra en Harsh hafði búist við. Hún hafði sakað hann um „þrýsting" þegar allt sem hann hafði reynt að gera var að halda sambandi á lífi. Misskilningurinn sem hafði verið að byggjast upp í margar vikur – ósögð gremju, vanrækt skilaboð og vaxandi fjarlægð – var nú leystur úr læðingi af fullum krafti.

Hjarta Harsh þéttist. Svar hans kom hraðar en hann ætlaði:

"Ég er bara að reyna að tala við þig. En ég býst við að það sé of mikið. Ef ég er bara byrði, af hverju segirðu það ekki bara?"

Reenu dró andann í hálsi hennar þegar hún las skilaboðin hans. Fingur hennar sveimuðu yfir lyklaborðinu, óviss um hvernig hún ætti að svara. Hún vildi verja sig en ákæran barst of nálægt heimilinu. Það þótti ósanngjarnt og stolt hennar fór upp á yfirborðið.

"Heldurðu að ég sé að hunsa þig viljandi? Það er fáránlegt, Harsh. Ég þarf ekki að þú svífur mig til að tala við þig. Ég á mitt eigið líf núna. Ég skulda þér ekki neitt."

Orðin héngu í loftinu á milli þeirra, þung af þunga ósagðrar gremju. Reena fann stinginn í eigin orðum sínum, jafnvel þegar hún skrifaði þau, en þau komu út úr munni hennar áður en hún gat stöðvað þau.

Harsh sat þarna og starði á skjáinn, hendur hans titruðu aðeins. Hann hafði aldrei búist við því að Reena myndi tala svona við hann, ekki eftir allt sem þau höfðu deilt, öll árin sem þau höfðu eytt í uppvextinum saman. En þetta var ekki sama Reena og hann hafði þekkt. Þetta var einhver annar - einhver sem virtist ekki vera sama lengur.

Í fyrsta skipti fannst Harsh sannarlega glatað. Hann vissi ekki hvað hann átti að segja, hvað hann átti að gera. Hann hafði verið til staðar fyrir hana í gegnum svo margt, og nú þetta — svona sá hún hann?

"Allt í lagi. Ef þér líður svona, þá býst ég við að við séum búnir hér."

Hann sló á sendið áður en hann náði að geta sér til um sjálfan sig, hjartað hans þungt af endanleikanum.

Þögnin sem fylgdi var óbærileg. Samtalið hafði farið úr fjörugum í sársaukafullt á örfáum orðaskiptum og hvorugt þeirra vissi hvernig á að draga sig til baka. Orðin sem höfðu verið sögð - hörð, grimm orð - lá á milli þeirra, hvert og eitt gróf dýpri holu í viðkvæmu sambandi þeirra.

Eftirleikurinn

Næstu dagar einkenndust af þögn. Bæði Harsh og Reena héldu sig fjarri hvort öðru, gátu ekki fundið réttu orðin til að brúa bilið sem skyndilega hafði birst. Harð, þó sár, fannst ómögulegt að hringja í Reenu eftir allt sem hafði gerst. Sambandið sem þeir höfðu einu sinni deilt virtist vera óbætanlegt skemmt.

Reena eyddi dögum sínum aftur á móti með þungu hjarta. Hún saknaði Harsh, en hún vissi ekki hvernig hún ætti að laga óreiðu sem þeir höfðu gert. Þyngd rifrilda þeirra sat á brjósti hennar og hún gat ekki annað en fundið fyrir sektarkennd fyrir það sem hún hafði sagt. En á sama tíma fann hún fyrir yfirþyrmandi ruglingi - hvernig hafði hlutirnir farið svona úrskeiðis?
Hún sneri sér að Arjun, sem hafði verið fastur félagi hennar undanfarnar vikur. Hann var þarna til að hlusta, gefa ráð, til að róa hana þegar henni fannst hún týnd. Nærvera Arjun í lífi sínu hafði styrkst í rifrildinu við Harsh og í fyrsta skipti fannst henni eins og einhver skildi hana á þann hátt sem Harsh hefði ekki gert. En jafnvel í þægindum í félagsskap Arjuns gat Reena ekki vikið frá tilfinningunni að eitthvað vantaði.

Harsh's einangrun

Í þögninni sem fylgdi rifrildinu fann Harsh sig einn með hugsanir sínar, tilfinningar hans flæktust í rugl og sársauka. Hann hafði alltaf verið sá sem hélt sínu striki, sá sem bar ekki hjartað á erminni. En með Reenu hafði hann alltaf verið öðruvísi. Hún hafði verið besti vinur hans, nánasti trúnaðarvinur hans. Að missa hana núna, á þennan hátt, var meira en hann þoldi.
Hann eyddi tímunum á ráfandi um borgina og reyndi að átta sig á öllu sem hafði gerst. Hann fann sig sitja í almenningsgörðum, hlusta á tónlist, leita að einhverju til að stöðva hann. Hann vissi að hann gæti ekki breytt fortíðinni, en hugmyndin um að missa Reenu fyrir fullt og allt var erfið pilla að kyngja. Hann reyndi að einbeita sér að náminu en það var allt of mikið. Það eina sem hafði nokkru sinni skipt hann máli - eina manneskjan sem honum hafði sannarlega þótt vænt um - var að renna í burtu.

Eftirsjá Reenu

Dagarnir liðu og þunginn í hjarta Reenu jókst. Hún fann sjálfa sig sakna Harsh meira en hún vildi viðurkenna. Hún saknaði skilnings hans, æðruleysis hans og stuðnings. En meira en allt saknaði hún vináttunnar sem einu sinni hafði þótt mikilvægasti hluti lífs hennar.

Kvöld eitt, þegar hún sat í heimavistinni og horfði út á borgarljósin, tók hún upp símann sinn. Hún hikaði, fingurnir sveimuðu yfir skjánum. Hún vildi ekki gera illt verra, en hún gat ekki látið þessa þögn halda áfram. Hún þurfti að ná til.

"Harsh... Fyrirgefðu. Ég ætlaði ekki að særa þig. Getum við talað?"

Hún sló á sendingu og hjartað sló í gegn. Hún vissi ekki hvort hann myndi bregðast við, eða hvort orðin sem hún hafði sagt væri of mikið til að afturkalla. En eitt vissi hún — hún vildi ekki missa hann. Ekki svona.

Þemu og tilfinningakjarni

Þessi kafli fjallar um tilfinningalega eyðileggingu af völdum rangra samskipta sem myndast í rifrildi. Sambandið sem Harsh og Reena hafa, sem eitt sinn þótti ósigrandi, byrjar að veikjast undir þrýstingi þögnarinnar, misskilnings og tilfinningalegrar fjarlægðar. Deilan táknar sprungurnar sem hafa myndast á milli þeirra í margar vikur, sársaukafull en nauðsynleg stund í sambandi þeirra. Báðir eru látnir glíma við tilfinningar um missi, eftirsjá og rugling, þar sem grunnurinn sem þeir byggðu tengsl sín á byrjar að molna. Í kaflanum er kannað hversu flókið sambönd eru og hversu auðveldlega er hægt að hafa áhrif á þau af ytri þrýstingi og innri óróa.

3. þáttur: Hléið

Reena segir Harsh að hún vilji pláss. Harðskeytt sleppir takinu hljóðlega, hjartveik en yfirveguð.

Róleg ákvörðun

Það voru liðnir dagar síðan Reena sendi skilaboðin til Harsh þar sem hún baðst afsökunar á útúrdúrnum og því sem hún hafði sagt. En það var samt ekkert svar. Þögnin á milli þeirra fannst eins og endalaust tómarúm. Harsh sat í herberginu sínu, síminn hans lá með andlitið niður á skrifborðið hans, næstum eins og hann væri aðskotahlutur fyrir hann. Þungi alls sem gerst hafði lagðist þungt á herðar hans. Hann var þegar farinn að sætta sig við að hlutirnir hefðu breyst - kannski óbætanlega. Samt var hluti af honum, lítill en mikilvægur hluti, sem loðaði við vonina.

En vonin var að verða dauft bergmál í huga hans, sem hverfur hægt og rólega með hverjum deginum sem leið. Hann hafði reynt að halda áfram. Hann einbeitti sér að náminu, fleygði sér út í vinnuna og hélt uppteknum hætti við allt annað en plássið sem smám saman stækkaði á milli hans og manneskjunnar sem hann hafði einu sinni kallað besta vin sinn. Fjarvera Reenu leið eins og tómarúm sem hann gat ekki fyllt, en hann vissi að hann gæti ekki elt hana lengur. Ekki þegar skuldabréfinu sem þeir deildu hafði verið breytt svo í grundvallaratriðum.

Og svo, þegar Reena náði til hans einu sinni enn, var það hvorki sáttaboð né ákall um að hlutirnir yrðu aftur eins og þeir voru. Það var eitthvað öðruvísi - yfirlýsing, róleg og yfirveguð.

Kallið

Það var seint á kvöldin þegar sími Harsh hringdi með skilaboðum frá Reenu. Hann hafði beðið, nokkuð óþolinmóður, eftir merki um að þeir gætu farið framhjá rökræðum sínum, en orðin sem birtust á skjánum hans voru ekki þau sem hann hafði vonast eftir.

"Harsh, ég held að við þurfum pláss. Ég hef verið að hugsa um hluti og ég veit bara ekki hvað við erum lengur. Ég þarf að finna út úr hlutunum og ég get ekki gert það með því að þú haldir fast við það sem við vorum. Fyrirgefðu."

Harsh starði á skilaboðin, fingur hans titruðu lítillega þegar hann hélt á símanum. Það var eins og hjarta hans hefði stöðvast um stund. Það var ekki átökin sem hann hafði óttast, né aftur til fyrri vináttu þeirra. Nei, þetta var öðruvísi - endanlegt, á vissan hátt. Orðin „Ég þarf pláss" höfðu það vægi sem engin rök gætu borið. Þetta snerist ekki lengur um misskilning eða hörð orð. Þetta snerist um að Reena ákvað, meðvitað, að víkja.

Fyrsta eðlishvöt hans var að svara, ná til, spyrja hvers vegna, að biðja hana um að fara ekki. En þegar hann starði á skilaboðin skolaðist djúpur skilningur af hljóðlátum skilningi yfir hann. Hann hafði vitað, einhvers staðar innst inni, að þetta væri að koma. Hann hafði vitað að Reena var á reki, að tilfinningalega fjarlægðin á milli þeirra hefði aukist með hverjum deginum sem leið. Og nú, með þessum fáu orðum, var fjarlægðin orðin að gjá.

En Harsh var ekki týpan til að betla. Hann hafði alltaf trúað því að ást - sönn ást, sú tegund sem skipti máli - þyrfti ekki að berjast fyrir svona. Svo í stað þess að skrifa tilfinningalega bæn, dró Harsh einfaldlega djúpt andann og lokaði augunum.

Hann setti símann sinn aftur niður á skrifborðið, skilaboðin eru enn opin á skjánum. Hann þurfti ekki að svara strax. Reyndar vissi hann að það var ekkert sem hann gæti sagt sem myndi gera þetta auðveldara. Hann hafði þegar sagt allt sem hann þurfti að segja við hana, í hjarta sínu.

The Quiet Goodbye

Daginn eftir lagði Harsh leið sína í gegnum venjulega rútínu sína – kennslustundir, verkefni, stutt augnablik af truflun – en hugur hans hélt áfram að snúa aftur að þeim skilaboðum. Orðin „rými" og „finna út úr hlutunum" léku á endalausri lykkju í höfði hans. Hvað áttu þeir jafnvel við? Var henni samt sama? Vildi hún koma aftur, eða var þetta virkilega endirinn?

Hann vissi svörin, eða að minnsta kosti gat hann giskað á þau. Reena þurfti pláss vegna þess að hún var ekki viss um hvað hún vildi, og kannski, í þeirri óvissu, hafði hún áttað sig á einhverju sem hann hafði ekki viljað viðurkenna. Samband þeirra — hvernig sem það hafði verið — hafði runnið sitt skeið. Tíminn hafði breytt þeim, dregið þá í mismunandi áttir. Það sem einu sinni hafði verið óhagganlegasta tengslin í lífi hans var orðið viðkvæmt og runnið í gegnum fingur hans eins og sandur.

Harsh skildi, jafnvel þótt það braut hann. Hann var ekki reiður út í hana. Hvernig gat hann verið? Hún var bara að reyna að átta sig á hlutunum, að reyna að skilja sjálfa sig mitt í öllu – háskólalífinu, nýju fólki, nýrri reynslu. Hún hafði breyst. Hann hafði breyst. Þeir voru ekki lengur fólkið sem eyddi sumrum sínum í þorpinu, hlaupandi um tún og hlógu undir stjörnunum.

Þögnin eftir skilaboðin hennar leið eins og lokun á hurð. Ekki fleiri símtöl, ekki lengur langir textar, ekki lengur endalaus samtöl um ekkert og allt. Það var eins og heimurinn sem þau höfðu skapað saman hefði einfaldlega hætt að vera til. Og samt fannst Harsh ekki þurfa að berjast fyrir því lengur.

Hann svaraði ekki strax og þegar hann gerði það var það með einföldum skilaboðum:

"Ég skil. Farðu vel með þig, Reena. Ég vona að þú finnir það sem þú leitar að."

Það var allt. Það var engin biturleiki í orðum hans, engin reiði, engar ásakanir. Það var ekki það að Harsh væri sama – það var að honum var of sama til að draga eitthvað út sem var ekki ætlað að endast.

Svarið kom nokkrum klukkustundum síðar, stutt skilaboð frá Reenu: *"Þakka þér, Harsh. Ég vona það sama fyrir þig."*

Það voru síðustu skilaboðin sem þeir skiptust á.

Brotið hjarta, en samsett

Harsh grét ekki. Hann hrópaði hvorki né gagnrýndi ósanngirnina í þessu öllu saman. Reyndar lét hann ekki einu sinni sára sjást utan á sér. Fyrir alla sem þekktu hann virtist ekkert hafa breyst. En innra með sér var missirinn gríðarlegur.

Hann hellti sér í námið, í starfið sem hafði alltaf haldið honum á jörðinni. Hann eyddi næturnar á bókasöfnum, lærði fyrir próf, las bækur, skrifaði ritgerðir – en sama hversu mörg orð hann neytti gat ekkert þeirra fyllt tómið sem Reena hafði skilið eftir sig. Hún hafði verið fastur liður í lífi hans svo lengi og nú var hún farin.

En jafnvel í djúpum ástarsorgar hans, hélt Harsh ró sinni. Það var eitthvað sem hann hafði alltaf verið - rólegur, agaður, þolinmóður. Hann myndi að sjálfsögðu syrgja. En ekki á þann hátt að einhver gæti séð. Það yrði engin dramatík, ekkert langt mál um hvað hefði gerst. Það væri bara rólegur afturköllun, samþykki á hlutum sem ekki væri hægt að breyta.
Það var þessi hljóðláta reisn, þetta æðruleysi, sem ruglaði alla í kringum hann. Vinir hans tóku eftir skortinum á venjulegri áhyggjulausri framkomu hans, örlítilli breytingu á augnaráði hans, en þeir gátu ekki bent á hvað hafði breyst. Harsh talaði ekki um það. Hann þurfti þess ekki. Hjarta hans var að brotna, já, en það var ekki heimsendir. Hann var ekki manneskjan til að láta eina manneskju skilgreina tilveru sína. Og þó að Reena hefði verið honum alheims þýðing, vissi hann að hann yrði að sleppa henni.

Sjónarhorn Reenu

Reena fannst aftur á móti glatað á sinn hátt. Hún hafði vitað hvað hún vildi þegar hún náði til Harsh-geimsins. En hún hafði ekki gert ráð fyrir hversu mikið þessi ákvörðun myndi ásækja hana dagana sem fylgdu. Í hvert skipti sem síminn hennar hringdi vonaði hún að þetta væru skilaboð frá honum, en svo var aldrei. Dagar hennar í háskóla voru fullir af truflunum – nýjum vinum, verkefnum og sífelldri þrýstingi til að ná árangri. En ekkert gat fyllt tómleikann sem hún fann innra með sér.

Hún hafði beðið um pláss, en hún var ekki viss hvort hún væri að biðja um það frá Harsh, frá sjálfri sér eða frá öllu sem hafði breyst. Hún saknaði hans. Hún saknaði einfaldleikans í sambandi þeirra, hvernig þau höfðu getað átt samskipti án orða, hvernig hann hafði alltaf skilið hana. En mitt í öllum nýjungunum í lífi hennar gat hún ekki sætt sig við hvern hún hafði verið með þeim sem hún var að verða. Og í leiðinni hafði hún sleppt honum.

Þegar dagarnir breyttust í vikur, barðist Reena við ákvörðun sína. Hún saknaði Harsh, en hún vissi ekki hvernig hún átti að laga það sem hafði verið bilað. Hún hélt sínu striki og vildi ekki viðurkenna hversu mikið hún hafði sært hann. Hún sagði sjálfri sér að þetta væri fyrir bestu, en innst inni vissi hún að ef hún hefði verið hugrökkari hefði hún gert hlutina öðruvísi.

Þyngd ósögðra orða

Kveðjustundin milli Harsh og Reenu var ekki dramatísk. Það voru engar grátbroslegar kveðjur, engin reiðileg árekstrar. Þetta var rólegur, næstum friðsæll endir á einhverju sem einu sinni hafði verið lifandi og fullt af lífi. En í kyrrðinni var þyngd - þungi orða sem voru ósögð, tilfinninga ósögð. Bæði höfðu þau borið tilfinningar sínar til hvors annars þegjandi svo lengi, og nú, í bilinu á milli þeirra, var ekkert nema eftirsjá.

Harsh hafði sleppt takinu, ekki vegna þess að hann vildi það, heldur vegna þess að hann átti ekkert annað val. Hann hafði virt þörf Reenu fyrir pláss, jafnvel þótt það þýddi að missa hana. Hann elti hana ekki, reyndi ekki að skipta um skoðun. Hann sætti sig einfaldlega við hið óumflýjanlega, kaus að lækna í þögn, halda áfram með reisn.

Fyrir Reenu fannst plássið sem hún hafði beðið um eins og refsing. En það var eina leiðin sem hún gat byrjað að skilja sjálfa sig - hvað hún vildi, hver hún var og hvað samband hennar við Harsh hafði raunverulega þýtt.

Að lokum var ekki kveðið. Það þurfti ekki að vera. Vegna þess að hin raunverulega kveðja hafði verið í bilinu á milli skilaboða þeirra, í þögninni sem þau höfðu leyft að teygja sig á milli.

11. KAFLI: NÝI KAFLINN

Reena fer í samband við hinn gaurinn og trúir því að hún hafi fundið eitthvað raunverulegt.

Breytingin í sjónarhorni

Dagarnir eftir ákvörðun hennar um að binda enda á hlutina með Harsh voru ekki auðveldir fyrir Reenu, þó hún hafi reynt að sannfæra sjálfa sig um að svo yrði. Hún hafði beðið um pláss og plássið hafði gefið henni skýrleika - að minnsta kosti var það það sem hún hélt áfram að segja sjálfri sér. Samt, með hverjum deginum sem leið, fann hún að hún fjarlægtist lífið sem hún hafði þekkt og manneskjuna sem hún hafði einu sinni verið.

Í háskóla, umkringd nýjum andlitum og ókunnugum stöðum, var Reena hent inn í heim sem var öðruvísi en allt sem hún hafði upplifað áður. Hið hraða líf borgarinnar var hrífandi í fyrstu, en þegar fram liðu stundir fór hún að átta sig á því að það var líka yfirþyrmandi. Allt við háskólalífið hennar var háværara - prófessorar hennar, bekkjarfélagar hennar, jafnvel tæknin sem réð ríkjum á hverjum degi hennar. Þetta var allt of mikið og eftir því sem vikurnar liðu fór Reena að finna fyrir meira og meira sambandsleysi við sjálfa sig.

Það var á einu af þessum augnablikum einangrunar sem hún hitti Aarav.

Aarav var allt sem Reena hafði aldrei búist við að laðast að. Hann var mannblendin, karismatískur og sjálfsöruggur – eiginleikar sem höfðu vakið áhuga hennar í upphafi, jafnvel þótt hún hefði ekki áttað sig á því á þeim tíma. Þau kynntust í gegnum sameiginlegan vin á háskólaviðburði. Aarav var heillandi, líf veislunnar, og hóf samstundis spjall við hana og stríddi henni um hljóðláta framkomu hennar. Það var auðvelt að hlæja með honum, falla inn í hans rólega takt. Í fyrsta skipti í margar vikur fannst Reena sjást - ekki bara sem stúlkan sem hafði týnst í ruglinu í fortíð sinni heldur sem einhver sem gæti notið sín aftur.
Aarav hafði segulmagnaða nærveru. Hann lét henni líða eins og hún skipti máli, eins og hugsanir hennar og tilfinningar væru þess virði að deila. Þessi tilfinning var vímuefni, sérstaklega í samhengi við einsemd hennar. Enda hafði Harsh verið til staðar, alltaf stöðugur og stöðugur, en nú var hann fjarlæg minning. Tilhugsunin um hann var farin að dofna, gleypt af hringiðu háskólalífsins, og í hans stað var þessi nýja tenging við Aarav.

Heilla Aarav

Athygli Aarav var smjaðandi. Skilaboðin hans voru full af hrósum og samtöl hans virtust alltaf snúast um hana - um það sem henni líkaði, um áhugamál hennar, um drauma sína. Fyrir einhvern sem hafði fundið fyrir ósýnilegri í fyrra lífi, drekk Reena í sig þessa nýfundnu athygli eins og þurrkuð eyðimörk. Það var gott að sjást, vera dáð og að finnast hún vera verðug tíma einhvers.

En það var ekki bara athyglin sem fékk Reena til að dragast að Aarav - það var umhyggja hans. Á þessum fyrstu vikum virtist hann virkilega hlusta á hana. Hann kíkti á hana á erfiðum dögum, sendi henni ljúfar athugasemdir og bauðst til að ganga með hana aftur á heimavist seint á kvöldin eftir langa námstíma. Hann lét hana finna að hún væri metin, eins og hún væri einhver sem væri þess virði að berjast fyrir.

Á þessum augnablikum fann Reena fyrir huggun og kunnugleika í návist hans. Það var auðvelt að trúa því að kannski væri þetta ástin sem hún hafði beðið eftir, ástin sem Harsh hafði aldrei getað veitt henni. Með Aarav var engin saga, engin fortíð, engar sársaukafullar minningar. Það var aðeins nútíminn - gjöf sem í fyrsta skipti í nokkurn tíma þótti lofa góðu.

En eins og hvert samband sem byrjar í skugga óvissunnar var samband Reenu við Aarav byggt á skjálftum grunni. Hún var enn óviss um hver hún var, enn að vinna úr öllu sem hafði gerst með Harsh. Og samt, með Aarav, leið það eins og flótta - flótta frá þögninni, einmanaleikanum og sársauka.

Fyrstu merki breytinga

Eftir því sem tíminn leið fór samband Reenu við Aarav að dýpka. Þeir fóru á stefnumót - einfaldar gönguferðir um háskólasvæðið, kaffistefnur á kaffihúsum á staðnum, námstímar seint á kvöldin sem breyttust í klukkustundir af auðveldum samræðum. Aarav var þolinmóður við hana. Hann skildi þögn hennar, kom henni til að hlæja með bröndurum sínum og hvatti hana til að stíga út fyrir þægindarammann sinn. Hægt og rólega fór Reena að opna sig fyrir honum á þann hátt sem hún hafði aldrei gert við neinn annan. Hún byrjaði að deila ótta sínum, draumum sínum og óöryggi sínu.

En það komu augnablik þegar Reena fann sjálfa sig að hugsa um Harsh. Hún myndi velta því fyrir sér hvað hann væri að gera, hvort hann saknaði hennar einhvern tíma, hvort hann væri sár eins og hún. Hún myndi athuga símann sinn og sjá tóma plássið þar sem skilaboðin þeirra höfðu einu sinni fyllt skjáinn. Í stutta stund fann hún fyrir þessum kunnuglega sársauka - sársauka við að missa einhvern sem hafði þýtt allt fyrir hana. En svo myndi Aarav senda henni skilaboð eða mæta með blóm eða koma henni á óvart með sjálfsprottnu ævintýri og verkurinn myndi hverfa.

Samt var undirliggjandi óvissa sem var viðvarandi, nöldrandi tilfinning sem sagði henni að hún væri að skipta út einni tegund af félagsskap fyrir aðra, án þess að skilja í raun hverju það var sem hún var að leita að. Hún hafði gengið í burtu frá Harsh vegna þess að hún hélt að hún þyrfti pláss til að vaxa, en það sem hún var í raun að leita að var tilfinningin að vera eftirsótt, að vera mikilvæg fyrir einhvern. Í athygli Aarav fann hún þessa staðfestingu og það fannst henni gott - of gott til að efast um.

Forgangsröðunin

Þegar samband hennar við Aarav blómstraði byrjaði líf Reenu að breytast á lúmskan hátt. Hún eyddi minni tíma í að íhuga fortíð sína með Harsh og meiri tíma á kafi í núinu. Hún gekk í klúbba, eignaðist nýja vini og byrjaði að þróa sjálfsmynd aðskilin frá stelpunni sem hafði eytt á hverju sumri í þorpinu með Harsh. Háskólinn átti að vera nýtt upphaf og hún hafði tekið því fullkomlega að sér, jafnvel þótt það þýddi að skilja hluta af gamla lífi sínu eftir.

En þegar mánuðirnir liðu voru lítil augnablik sem fengu hana til að spyrja hvort hún hefði virkilega fundið eitthvað raunverulegt með Aarav. Þessar stundir voru hverfular — snöggar efasemdir sem myndu koma og fara áður en hún gat afgreitt þau að fullu. Eignarhald Aarav, löngun hans til að stjórna því hvert hún fór og hverjum hún eyddi tíma með, fór að koma upp á yfirborðið. Í fyrstu hunsaði Reena það og sagði ástúð hans til hennar. En fljótlega breyttist hin einu sinni fjörugi stríðni í lúmskur manipulation. Ummæli hans um vináttu hennar við aðra stráka, afbrýðisemi hans vegna þess að hún eyddi tíma með bekkjarfélögum og kröfu hans um að vita hverja hreyfingu hennar fór að kæfa.

Frelsið sem upphaflega hafði dregið hana að sambandinu fannst nú eins og gildra. Aarav var ekki stjórnandi í hefðbundnum skilningi, en eignarháttur hans var augljós á litlum, næstum ómerkjanlegu leiðunum sem hann reyndi að móta val hennar. Reena fann sjálfa sig ganga á eggjaskurn, óviss um hvað myndi koma honum af stað. Áhyggjulausri gleðinni sem hún fann einu sinni með honum var skipt út fyrir hljóðláta vanlíðan.

Byrði kúgunarinnar

Á sama tíma fann Reena vaxandi þunga innra með sér - byrði sem hún hafði borið í marga mánuði en hafði aldrei viðurkennt að fullu. Hún hafði fjarlægst Harsh, sannfærð um að tilfinningar hennar til hans heyrðu fortíðinni til. Hún hafði gengið í burtu og trúði því að tími og fjarlægð myndi lækna sárin og að framtíð hennar væri hjá einhverjum öðrum. En sannleikurinn var sá að hún hafði aldrei sleppt Harsh að fullu.

Þegar hún hugsaði um sambandið sem hún átti við Aarav, fannst eitthvað óþægilegt, en hún gat ekki alveg sett fingurinn á það. Hún hafði sannfært sjálfa sig um að ástúð Aarav væri nóg til að fylla tómarúmið sem Harsh skildi eftir sig. En það var það ekki. Hún hafði verið að skipta einni ást út fyrir aðra og trúði því að það sem henni fannst með Aarav væri raunverulegt, þegar innst inni vissi hún að hún syrgði enn eitthvað annað - hina ósviknu, stöðugu ást sem hún hafði einu sinni deilt með Harsh.

Samt gat hún ekki horfst í augu við það. Hún gat ekki viðurkennt að hún hefði gert mistök þegar hún fór frá eina manneskjunni sem hafði nokkurn tíma raunverulega skilið hana. Að gera það þýddi að viðurkenna að ástin sem hún hafði á Harsh væri raunveruleg og að hún væri kannski að leita að einhverju sem aldrei væri hægt að endurskapa með einhverjum öðrum.

En þessi sannleikur var enn grafinn undir vaxandi háð hennar á Aarav, og svo hélt hún áfram - lét eins og allt væri í lagi, lét sem hún hefði fundið ástina sem hún hafði leitað að.

Augnablik umhugsunar

Kvöld eitt, þegar Reena sat ein í heimavistinni og fletti gömlum myndum í símanum sínum, rakst hún á mynd af henni og Harsh. Það var tekið fyrir mörgum árum, í einu af sumarfríum þeirra. Þau sátu við vatnsbrún, brosandi, áhyggjulaus, umkringd mjúku gylltu ljósi sólarlagsins. Myndin fangaði augnablik af hamingju - saklausum tíma þegar þeir höfðu ekki hugmynd um margbreytileikann sem lífið myndi hafa í för með sér.
Myndin gerði henni illt í hjartanu. Í stutta stund lokaði Reena augunum og minntist þess hvernig Harsh hafði alltaf verið til staðar fyrir hana. Hann hafði aldrei beðið um neitt í staðinn. Hann hafði elskað hana hljóðlega, stöðugt, án væntinga. Hann hafði séð hana eins og hún var í raun og veru og hún hafði tekið þá ást sem sjálfsögðum hlut.
En núna, þegar hún starði á myndina, áttaði hún sig á einhverju - hún hafði aldrei raunverulega sleppt takinu á Harsh. Jafnvel þegar hún umfaðmaði samband sitt við Aarav, hélt hún í minningu um eitthvað raunverulegt, eitthvað hreint, eitthvað sem hún gat aldrei endurskapað.
Og kannski, bara kannski, var það það sem vantaði í líf hennar.

Harsh dregur sig frá tilfinningum, hellir sér út í vinnu, nám og skrif – sársauki verður eldsneyti.

Eftirmál kveðju

Orðin sem Reena hafði sagt bergmálaði í huga Harsh löngu eftir að hún hafði skorið hann af. Rólegur tónn röddarinnar ásótti hann enn, hvert atkvæði eins og nagli í hjarta hans. „Ég þarf pláss," hafði hún sagt honum, og þrátt fyrir ruglið og yfirþyrmandi verk í brjósti hans, hafði hann sleppt henni. Harður, alltaf stóískur, lætur aldrei tilfinningar sínar birtast út á við. En að innan hafði eitthvað klikkað. Í fyrsta skipti týndist drengurinn sem hafði alltaf verið við stjórnvölinn, drengurinn sem hafði alltaf skilið heiminn í kringum sig.

Sársaukinn var linnulaus á hljóðlátan hátt. Það öskraði ekki á hann eða krafðist athygli - það staldraði einfaldlega við. Það nagaði brúnir hugsana hans og rólegra augnablika dagsins. Heimurinn hafði einu sinni verið svo skýr fyrir honum - Reena, frænka hans, besta vinkona hans, stelpan sem hann hafði elskað án þess að gera sér grein fyrir því. En nú var allt brenglað, eins og hjarta hans hefði verið brotið í sundur, og hann var að reyna að ná þeim upp án þess að vita hvernig.

En Harsh var ekki týpan til að velta sér upp í sjálfsvorkunn. Hann ætlaði ekki að betla eða elta einhvern sem hafði tekið þá ákvörðun að skilja hann eftir. Þannig var hann ekki alinn upp. Faðir hans, ríkisstarfsmaður, hafði alltaf kennt honum að lífið færist áfram, burtséð frá aðstæðum. Og svo gerði Harsh það sem hann hafði alltaf gert þegar lífið varð erfitt - hann gróf sig í vinnu, nám og allt sem leyfði honum að gleyma verknum í brjóstinu.

Hið rólega afturköllun

Fyrstu vikurnar eftir að Reena fór úr lífi sínu einkenndust af djúpri þögn. Hann dró sig frá vinum, fjölskyldu og öllu sem gæti minnt hann á hana. Síminn hans, sem einu sinni var fullur af sameiginlegum minningum þeirra, sat ósnortinn á skrifborðinu hans. Skilaboðum hans til hennar var ósvarað og hann hætti að senda þau. Hann gat ekki stillt sig um að ná til hennar lengur. Eitthvað innra með honum sagði honum að það væri kominn tími til að sleppa takinu, jafnvel þótt það væri sárt.

Háskólalíf Harsh hafði alltaf verið blanda af mikilli einbeitingu og öguðu námi. En eftir ástarsorg varð rútínan meira en bara flótti - hún varð lífslína hans. Sérhvert verkefni, hvert verkefni, hver fyrirlestur var tækifæri til að missa sig í einhverju sem hann þurfti ekki að finna fyrir.

Hann byrjaði að lesa meira, kafa ofan í heimspeki, bókmenntir og sálfræði – allt sem myndi hjálpa honum að skilja mannlegt ástand, sérstaklega hans eigin. Hann fann huggun í hinu ritaða orði. Það var eitthvað við það hvernig höfundar gátu tjáð djúpan sársauka, missi og seiglu sem hljómaði hjá honum. Það var eins og hann væri að læra af orðum þeirra hvernig á að lifa af í heimi sem var ekki lengur skynsamlegur.

Prófessorar hans, sem tóku eftir aukinni hollustu hans við námið, lofuðu námsárangur hans, en Harsh gat ekki stillt sig um að vera sama um þá viðurkenningu. Hann var ekki að gera það fyrir verðlaunin. Hann var ekki einu sinni að gera það fyrir sjálfan sig, fyrst. Hann var einfaldlega að reyna að fylla tómið innra með sér með einhverju sem gæti staðið í bakinu fyrir missi Reenu.

En einhvers staðar á leiðinni breyttist eitthvað. Sársaukinn, sem hafði ekki verið annað en daufur sársauki í byrjun, fór að ýta undir hann. Það gaf honum skýrleika. Það ýtti honum til að ná lengra en hann taldi sig geta.

Kraftur ritunar

Kvöld eitt, þegar hann sat í heimavistinni, dró Harsh fram minnisbókina sína og byrjaði að skrifa. Í fyrstu var þetta bréf til Reenu, þó hann vissi að hún myndi aldrei lesa það. Hann skrifaði um allt sem hann hafði fundið fyrir eftir sambandsslit þeirra - um þunga þögnarinnar sem hafði komið í stað samræðna þeirra einu sinni, um ruglið og sársaukann sem hafði eytt honum og um skilninginn á því að hann hefði misst eitthvað svo dýrmætt fyrir hann.

Orðin komu auðveldlega í fyrstu, rennandi eins og á sem hafði verið stíflað of lengi. En þegar hann skrifaði fór hann að taka eftir einhverju - hann var ekki bara að hella sársauka sínum yfir á síðuna. Hann var að skilja það. Hvert orð var lítill sigur yfir ástarsorg sem einu sinni hafði virst óyfirstíganleg. Hann gerði sér grein fyrir að skrifin voru eini staðurinn þar sem hann gat skilið ringulreiðina innra með sér.

Þegar dagar breyttust í vikur urðu skrif Harsh fágaðri. Hann skrifaði ekki lengur bara bréf eða dagbækur; hann skrifaði ritgerðir, greinar og smásögur. Sársaukinn, sem einu sinni var hindrun, hafði breyst í eitthvað afkastamikið. Hann fann að því meira sem hann skrifaði, því meira skildi hann um sjálfan sig - um ást, um missi og um mannlegt ástand almennt.

Vinir hans og prófessorar tóku eftir skrifum hans. Einn af prófessorum hans hvatti hann meira að segja til að senda eitthvað af verkum sínum í bókmenntatímarit, tillögu sem Harsh hafði ekki íhugað í upphafi. En þegar hann las yfir verk sín áttaði hann sig á því að orðin sem hann hafði skrifað voru ekki bara fyrir hann sjálfan lengur. Þeir voru eitthvað sem gæti hljómað hjá öðrum.

The Rise to Recognition

Harsh byrjaði að senda verk sín í ýmis bókmenntaútgáfur og honum til undrunar var sumt af því samþykkt. Orð hans, hrá og viðkvæm, slógu í gegn hjá lesendum sem sáu sama sársaukann, sömu lækninguna og sömu leitina að merkingu í eigin lífi. Fljótlega var Harsh boðið að tala á fræðilegum ráðstefnum og rithöfundavinnustofum, þar sem ferðalag hans um sjálfsuppgötvun í gegnum skrif veitti öðrum innblástur.

En þrátt fyrir vaxandi viðurkenningu hans var Harsh áfram auðmjúkur. Hann leitaði aldrei frægðar eða viðurkenningar; Skrif hans höfðu alltaf snúist um að skilja sjálfan sig, um að vinna úr sársauka við að missa Reenu og um að finna leið til að halda áfram. Hann reyndi aldrei að komast aftur inn í heiminn sem hann hafði skilið eftir sig. Þess í stað einbeitti hann sér að persónulegum þroska sínum og notaði orð sín sem leið til að lækna.

Í gegnum þetta ferli varð Harsh meira en bara nemandi. Hann varð rödd – einhver sem hafði upplifað djúpan missi og notaði það til að skapa eitthvað þroskandi. Verk hans slógu í gegn hjá fólki, sérstaklega þeim sem höfðu gengið í gegnum svipaða ástarsorg eða baráttu. Skrif hans snerust ekki bara um rómantískan missi; það snerist um seiglu, um hvernig fólk gæti endurbyggt líf sitt jafnvel eftir að það hefði fallið í sundur.

Óvænta tækifærið

Mánuðir liðu og orðspor Harsh sem rithöfundar óx. Hann hafði gefið út nokkrar ritgerðir og jafnvel fengið smásagnasafn tekið til útgáfu. En það var óvænt tækifæri sem myndi breyta lífi hans. Forlag hafði samband við hann um að skrifa bók um tilfinningalegt þol. Þeir höfðu rekist á verk hans og þeir voru hrifnir af því hvernig hann hafði orðað margbreytileika ástar, missis og persónulegs þroska.

Í fyrstu hikaði Harsh. Það var mikil skuldbinding að skrifa bók og hann var ekki viss um hvort hann væri tilbúinn fyrir það. En svo áttaði hann sig á því að þetta var hápunkturinn á öllu sem hann hafði unnið fyrir – tækifærið til að deila sögu sinni með heiminum, breyta sársauka sínum í eitthvað sem gæti hjálpað öðrum.

Og svo byrjaði Harsh að vinna að bók sinni. Þetta var könnun á tilfinningalegri seiglu, djúp kafa inn í hvernig fólk gæti læknað frá ástarsorg og missi. Það var blanda af persónulegri ígrundun, bókmenntagreiningu og hagnýtum ráðleggingum. Harsh hellti öllu í það - reynslu sína, innsýn og ferð hans í gegnum ástarsorg.

Heilunarferlið

Þegar Harsh vann að bókinni fór hann að átta sig á því að hann hafði læknað á þann hátt sem hann hafði ekki einu sinni búist við. Hann hafði breytt sársauka sínum í eitthvað sem gæti hjálpað öðrum. Skrifin voru orðin að ferli sjálfstyrkingar, ekki bara leið til að takast á við missi. Hann var ekki lengur sá hjartveiki drengur sem hafði misst ást lífs síns. Hann var einhver sem hafði fundið leið til að rísa upp úr þessum missi, breyta honum í uppsprettu styrks.

Með skrifum sínum fór Harsh að skilja að lækning snerist ekki um að gleyma fortíðinni eða láta eins og hún væri ekki mein. Þetta snerist um að læra af sársauka, vaxa af honum og nota hann til að kynda undir betri útgáfu af sjálfum sér. Drengurinn sem eitt sinn hafði týnst í þögn höfnunar var nú maður sem hafði fundið rödd sína – í gegnum orð, í gegnum vöxt og með viðurkenningu.

Og þegar lokauppkast bókarinnar hans tók á sig mynd, áttaði Harsh sig á því að þögnin sem eitt sinn hafði verið kæfandi var orðin hans mesti kennari. Það hafði sýnt honum leiðina fram á við. Það hafði hjálpað honum að lækna, ekki með því að gleyma því sem hann hafði misst, heldur með því að skilja hvernig það hafði mótað hann í þá manneskju sem hann var orðinn.

Friðin sem hann fann

Þegar hann stóð á pallinum fyrir fyrsta opinbera lestur sinnar á bók sinni, gat Harsh ekki annað en hugsað um hversu langt hann var kominn. Ferðin frá drengnum sem hafði misst besta vin sinn til mannsins sem hafði lært að lifa án hennar var mikil breyting. Hann hafði horfst í augu við sársaukann, leyft honum að móta sig og síðan fundið frið í ferlinu.

Hjarta hans var ekki lengur þungt. Það var ekki lengur hlekkjað við fortíðina. Þess í stað var það létt, frjálst að faðma framtíðina án þess að líta til baka.
Og þegar klappið ómaði í herberginu, brosti Harsh. Hann hafði fundið röddina sína. Og þar með hafði hann fundið sinn frið.

Blogg hans um ástarsorg, lækningu og áreiðanleika fer að vekja athygli.

Ný útrás

Eftir tilfinningalega róunina við að skrifa bók sína um tilfinningalegt seiglu tók ferð Harsh nýja stefnu. Ritstörfin voru orðin hans fasti félagi, leið hans til að skilja heiminn, en það var fleira í hugsunum hans sem hann þurfti að tjá. Hann hafði komið inn á hin víðtæku þemu um ást, missi og vöxt í bók sinni, en enn voru ósagðar sögur, ókláraðar hugsanir og hráar, sundurleitar hugleiðingar sem enn átti eftir að deila.

Þegar mánuðirnir liðu fann Harsh huggun í því að skrifa blogg. Það byrjaði sem einföld leið til að halda áfram að vinna úr tilfinningum sínum og velta fyrir sér persónulegu ferðalagi hans, en það blómstraði fljótt í eitthvað miklu stærra. Netið hafði veitt honum vettvang til að tjá dýpstu, viðkvæmustu hugsanir sínar á þann hátt sem fannst bæði frjáls og styrkjandi.

Hann nefndi bloggið sitt **„Rithöfundurinn að innan“**, nafn sem fannst rétt – það táknaði baráttu hans við að finna frið innra með sjálfum sér, hvernig skriftin hafði gert honum kleift að lækna og röddina sem hafði verið fædd af sársauka. Færslur hans voru allt frá ritgerðum um ástarsorg til hugleiðinga um mannlega reynslu, kanna margbreytileika sjálfsvirðingar, tilfinningalegrar lækninga og mikilvægi þess að vera sjálfum sér samkvæmur. Það sem Harsh bjóst hins vegar ekki við var strax áhrif orða hans.

Fyrsta færslan

Fyrsta bloggfærslan hans, sem heitir **„Lækning innan frá: Ferð í gegnum ástarsorg,“** var persónuleg hugleiðing um lærdóminn sem hann hafði lært eftir Reenu. Þar talaði Harsh um hráleika tilfinningalegrar sársauka, hvernig hann gæti hrist mann inn í kjarnann og hvernig á endanum gæti hann orðið einmitt það sem hjálpaði manni að vaxa. Hann kannaði þá hugmynd að lækning væri ekki línuleg - hún snerist ekki um einfaldlega að „halda áfram“ eða „komast yfir“ einhvern. Þetta snerist um að læra að lifa saman við sársaukann, sætta sig við hann og að lokum láta hann móta líf manns í jákvæða átt.

Honum til undrunar náði færslan fljótt viðtöku. Vinir og kunningjar, sem margir hverjir höfðu ekki hugmynd um hversu djúpt tilfinningalegt ferðalag hans var, náðu til hans og sögðu honum hversu mikið orð hans hljómuðu við þeirra eigin reynslu. Ummælin streymdu inn og lýstu öll aðdáun á viðkvæmni hans og heiðarleika.

„Ég hafði ekki hugmynd um að þú værir að ganga í gegnum þetta allt,“ sagði í einni athugasemdinni. „Orð þín hjálpuðu mér virkilega að átta mig á því að ég er ekki einn um þetta.

Harsh fann óvænta hlýju breiðast út innra með sér. Fólk tengdist sársauka hans á þann hátt sem hann hafði ekki búist við. Þetta snerist ekki bara um lækninguna fyrir hann lengur - það snerist um að bjóða öðrum þá lækningu.

Vaxandi áhorfendur

Eftir því sem Harsh birti fleiri greinar – greinar um hvernig á að vera seigur, hvernig á að þekkja eitruð sambönd og hvernig á að umfaðma sjálfsást – byrjaði bloggið að laða að sér stærri markhóp. Fólk úr öllum áttum fór að tjá sig og deila sögum sínum til að bregðast við orðum hans. Ekta nálgun hans, ásamt hráleika persónulegrar frásagnar hans, sló í gegn hjá lesendum.

Hver færsla virtist hafa sitt einstaka þema, en þau voru öll tengd sameiginlegum þræði: mannleg upplifun af sársauka og vexti. Skrif Harsh urðu griðastaður fyrir þá sem höfðu upplifað ástarsorg, vonbrigði eða efast um sjálfan sig. Þeim fannst þeir heyrt, skildir og minna einangraðir í baráttu sinni.

Harsh fékk tölvupósta frá lesendum, sumir spurðu um ráð, aðrir lýstu einfaldlega þakklæti fyrir hreinskilni hans. Hann eyddi tímunum í að búa til ígrunduð svör, ekki vegna þess að hann hefði öll svörin, heldur vegna þess að hann mundi hvernig það var að týnast og leita að einhverjum sem skildi.

Einn tölvupóstur stóð upp úr:

„Færsla þín „Þegar heilun líður eins og að brjótast“ breytti lífi mínu. Ég hafði verið að glíma við þá hugmynd að ég væri ekki „yfir“ fyrri sambandið mitt og orð þín fengu mig til að átta mig á því að það er í lagi að hafa ekki allt á hreinu. Þú hefur gefið mér hugrekki til að horfast í augu við eigin sársauka og leyfa mér að lækna.“

Lestur slíkra skilaboða fékk Harsh til að átta sig á kraftinum sem orð hans höfðu. Bloggið hans var ekki lengur bara persónuleg heilunarferð - það var orðið vettvangur fyrir aðra til að lækna líka.

Áreiðanleikaþátturinn

Það sem aðgreinir Harsh frá mýgrút af sjálfshjálparbloggum og hvatningarfyrirlesurum þarna úti var áreiðanleiki hans. Hann þóttist ekki hafa öll svörin eða sykurhúðað flókið lækningu. Bloggið hans snerist ekki um að bjóða upp á skyndilausnir eða „sjö skref til að halda áfram". Þess í stað var það hrá könnun á sóðalegu, ófullkomnu ferðalagi sem var tilfinningalegur vöxtur. Hann faldi sig ekki á bak við fáguð ráð eða hugsjónalegar þulur - hann talaði frá hjartanu og opinberaði sína eigin galla, baráttu og áföll.

Í einni sérstaklega öflugri færslu sem heitir **„Lygarnar sem við segjum sjálfum okkur: Að brjótast í gegnum framhlið fullkomnunar,"** Harsh opnaði sig um sína eigin baráttu við sjálfsmyndina og þrýstinginn um að vera stöðugt í lagi. Hann skrifaði um hvernig samfélagið ýtti oft á fólk til að fela varnarleysi sitt, að „halda áfram" hraðar en það var fær um og klæðast grímu styrks jafnvel þegar það var að brjótast inn.

Viðbrögðin við þessari færslu voru yfirþyrmandi. Margir lesendur sögðu frá því hvernig þeir hefðu líka glímt við þrýstinginn um að vera fullkomnir fyrir umheiminum, jafnvel á meðan innra líf þeirra leið eins og stöðug barátta. Orð Harsh voru sannfærandi fyrir þá - þeir voru ekki lengur einir í baráttu sinni.

Hin ófyrirséða athygli

Það sem Harsh hafði ekki búist við var hversu mikla athygli blogg hans myndi vekja. Ein af færslum hans, **"Hinn hljóðláti kraftur að sleppa takinu,"** fór að veira. Þar talaði hann um mikilvægi þess að losa um það sem ekki þjónaði okkur lengur, hvort sem það eru eitruð sambönd, neikvætt sjálfsspjall eða óraunhæfar væntingar. Skilaboðin slógu djúpum hljóm hjá lesendum hans og fljótlega var færslunni deilt á samfélagsmiðla af fólki sem Harsh þekkti ekki einu sinni. Orð hans voru orðin hluti af daglegu lífi fólks og hjálpuðu því að sigla eigin tilfinningaferðir.

Þessar nýfundnu vinsældir leiddu til óvæntra tækifæra. Nokkur þekkt geðheilbrigðissamtök höfðu samband við hann sem vildu eiga samstarf við hann um efni eða jafnvel láta hann tala á viðburðum. Bloggið hans, sem eitt sinn var lítið horn á internetinu þar sem hann gat fengið útrás fyrir tilfinningar sínar, var að verða öflugur vettvangur fyrir tilfinningalega lækningu.

Í fyrstu var Harsh hikandi. Hann byrjaði aldrei bloggið með það í huga að verða opinber persóna eða uppspretta ráðgjafar fyrir aðra. En eftir því sem beiðnirnar jukust, áttaði hann sig á því að verk hans höfðu veruleg áhrif og hann gat ekki hunsað ábyrgðina sem því fylgdi.

Harsh féllst á nokkrar ræðuskuldbindingar, en hann hélt alltaf boðskap sínum í samræmi: lækning var ekki áfangastaður; þetta var ferðalag. Hann talaði um hvernig varnarleysi, áreiðanleiki og þolinmæði gagnvart sjálfum sér væru mikilvæg til að sigrast á tilfinningalegum sársauka. Og þrátt fyrir vaxandi frægð hélt hann sér á jörðu niðri og gleymdi aldrei hvaðan hann var kominn – hversu niðurbrotinn hann hafði verið, hversu týndur honum hafði liðið og hversu langt hann var kominn.

Bókin og bloggið

Þegar bloggið hélt áfram að ná vinsældum fór Harsh að hugsa um næsta skref sitt. Árangur fyrstu bókar hans hafði verið staðfestur, en hann vildi gera meira. Hann vildi útvíkka þemu um tilfinningalega seiglu og sjálfsvirðingu, til að færa skrif sín á nýjar hæðir.

Kvöld eitt, eftir langan dag af því að lesa í gegnum athugasemdir á blogginu og svara tölvupóstum, settist Harsh niður með minnisbókina sína. Hann byrjaði að skrifa niður hugmyndir að annarri bók sinni, bók sem myndi samþætta lærdóminn sem hann hafði lært af lesendum bloggsins síns. Þessi bók væri frábrugðin þeirri fyrstu – hún væri gagnvirkari, hagnýtari, leiðarvísir fyrir þá sem áttu í erfiðleikum með að lækna af örum fortíðar sinnar.

Bloggið hans hafði opnað dyrnar að miklu stærra tækifæri, sem sameinaði ástríðu hans fyrir skrifum og löngun hans til að hjálpa öðrum. The Writer Within var ekki bara titill lengur - það var að verða hreyfing, staður þar sem fólk gat deilt sögum sínum og látið í sér heyra. Þetta var að verða samfélag.

Heilunarsamfélag

Það sem Harsh hafði ekki búist við var hversu djúpt bloggið hans myndi tengja fólk - ekki bara við hann heldur hvert við annað. Í athugasemdahlutanum fóru lesendur að mynda tengsl, bjóða upp á stuðning, hvatningu og jafnvel vináttu. Sumir stofnuðu bókaklúbba á netinu byggða á færslum Harsh, aðrir deildu persónulegri reynslu, gáfu ráð og von.

Í gegnum þetta áttaði Harsh sig á einhverju djúpstæðu: lækningu átti aldrei að vera eintóm ferð. Hann hafði deilt varnarleysi sínu með heiminum og með því skapaði hann rými þar sem öðrum fannst öruggt að gera slíkt hið sama.

Þetta var auðmjúkur skilningur, sem styrkti mikilvægi vinnu hans. The Writer Within var orðið meira en bara blogg – það var orðið líflína fyrir þá sem höfðu þjáðst og voru að leita leiða til að komast áfram. Og með því að hjálpa öðrum að lækna, hafði Harsh fundið sína eigin leið til friðar.

14. KAFLI: FYRSTA STIGIÐ

Harsh fær sitt fyrsta ræðuboð - skilaboðin hans snerta marga. Bókasamningur fylgir.

Boðið

Símtalið kom á rigningarfullum miðvikudagsmorgni. Harsh var nýbúinn að ljúka ákafa skrifum fyrir bloggið sitt þegar síminn hans hringdi. Þetta var ókunnugt númer, en eitthvað við það fannst mikilvægt. Þumalfingur hans sveif yfir skjánum þegar hann ræddi um að svara. Það var ekki óalgengt að markaðs- eða styrktarpóstar runnu í gegnum pósthólfið hans, en það var eitthvað annað í þetta skiptið. Að lokum ýtti hann á græna takkann.

"Halló?"

"Hæ, er þetta hart?" spurði glaðvær rödd úr hinum endanum.

„Já, talandi," svaraði Harsh, enn ekki viss um hver það gæti verið.

"Þetta er Priya frá Mindful Heart Foundation. Við höfum fylgst með blogginu þínu í nokkurn tíma núna og við endurómum boðskap þinn um lækningu, tilfinningalega seiglu og áreiðanleika. Okkur þætti vænt um að þú værir gestafyrirlesari á komandi ráðstefnu okkar í Delí."

Hugur Harsh fraus í eina sekúndu. Gestafyrirlesari? Á ráðstefnu? Það tók hann smá stund að vinna úr því sem hún var að segja.

"Viltu að ég tali?" spurði Harsh og gat ekki leynt undrun sinni.

Priya hló blíðlega. "Já, algjörlega. Við höfum lesið færslurnar þínar og við trúum því að sagan þín geti hjálpað svo mörgum í áhorfendahópnum. Þú hefur snert svo mörg hjörtu með orðum þínum og okkur þætti vænt um að þú deilir ferð þinni og boðskap á ráðstefnunni. Við teljum að hún gæti virkilega hljómað hjá áhorfendum okkar."

Harsh hallaði sér aftur á bak í stólnum, þungi orða hennar sökk inn. Hann hafði aldrei hugsað um sjálfan sig sem ræðumann - hann var rithöfundur, einhver sem tjáði tilfinningar sínar best með hinu ritaða orði. En eitthvað í rödd Priya sagði honum að þetta væri tækifæri sem hann gæti ekki látið fram hjá sér fara. Það fannst mér vera næsta rökrétt skref.

Eftir stuttar umræður um viðburðinn samþykkti hann að gera það. Spennan byrjaði að byggjast upp í brjósti hans, blandað saman við kunnuglega kvöl sjálfsefasemdarinnar. Það var skelfilegt að tala fyrir framan mikinn mannfjölda. Gæti hann komið skilaboðunum til skila eins og hann sá fyrir sér? Myndu orð hans hafa þau áhrif sem hann vildi? Þessar spurningar hringdu í huga hans þegar raunveruleiki fyrsta ræðutækifæris hans fór að birtast.

Undirbúningur fyrir sviðið

Á næstu vikum lagði Harsh sig í undirbúning. Hann hafði haldið fyrirlestra áður - óformlega, á smærri samkomum eða jafnvel meðal vina - en þetta var öðruvísi. Þetta var faglegur viðburður, þar sem áhorfendur voru þarna til að heyra eitthvað þroskandi, eitthvað sem myndi breyta því hvernig þeir litu á sjálfa sig. Hann vildi tryggja að orð hans hefðu þessi áhrif.

Ráðstefnan átti að halda tveimur mánuðum síðar og gaf Harsh góðan tíma til að undirbúa sig. Í fyrstu átti hann erfitt með að útlista nákvæmlega hvað hann vildi segja. Ætti hann að rifja upp persónulega sögu sína um ástarsorg og lækningu í smáatriðum? Eða ætti hann að einbeita sér að alhliða þemum tilfinningalegrar vaxtar? Hvað ef orð hans tengdust ekki áhorfendum eins og hann vonaðist til?

Hann eyddi klukkustundum í að skrifa, endurskrifa og æfa ræðu sína. Þetta var viðkvæmt ferli. Í rólegu íbúðinni sinni talaði Harsh orð sín upphátt, stillti tóninn, taktinn og flutninginn. Hann vildi að boðskapur hans kæmi fram sem ekta, raunverulegur og hrár, rétt eins og skrif hans. Hann æfði sig fyrir framan spegilinn sinn og reyndi að meta svipbrigðin sem hann gæti séð á andlitum hlustenda sinna. Í hvert skipti sem hann sagði sögu sína, leið honum aðeins betur.

Það voru ein lykilskilaboð sem hann vildi koma á framfæri umfram allt: **lækning snýst ekki um að eyða fortíðinni, heldur að faðma hana.** Hann hafði lært þessa lexíu í gegnum eigin ástarsorg og persónulegan þroska, og hann trúði því að það væri eitthvað sem heimurinn þyrfti að heyra.

Dagana fyrir atburðinn fóru taugarnar að aukast. Hvað ef hann væri ekki nóg? Hvað ef hann hrasaði yfir orðum sínum? Hvað ef varnarleysi hans væri of mikið fyrir áhorfendur að höndla?

En í gegnum þetta allt hélt Harsh áfram að minna sjálfan sig á ástæðuna fyrir því að hann var að gera þetta til að byrja með - til að hjálpa fólki að lækna, til að deila boðskap sínum um tilfinningalega seiglu og sýna öðrum að það væri styrkur í varnarleysi. Ef hann héldi sig við það væri hann í lagi.

Dagur ráðstefnunnar

Dagur ráðstefnunnar rann upp með óskýrum hætti. Harsh flaug til Delhi snemma morguns, hjarta hans sló í brjósti hans þegar hann lagði leið sína á viðburðarstaðinn. Mindful Heart Foundation hélt ráðstefnuna í stórum sal fullum af þægilegum sætum, stórum skjáum og um fimm hundruð manns áhorfendum - ógnvekjandi fjöldi, sérstaklega fyrir einhvern sem hafði aldrei talað við mannfjöldann af þeirri stærðargráðu.

Þegar hann kom var honum tekið vel á móti Priya og skipuleggjendum viðburðarins, sem leiddu hann baksviðs til að undirbúa ræðu sína. Taugarnar voru enn til staðar, en nú voru þær blandaðar spennu. Hann heyrði þvaður áheyrenda, mjúkan kurr samræðna blandast saman við hláturinn. Það fannst mér raunverulegt núna. Hann ætlaði að stíga upp á sviðið.

Priya gaf honum síðasta klapp á öxlina áður en hann gekk í átt að sviðinu. "Þú hefur þetta, Harsh. Talaðu bara frá hjarta þínu. Það er allt sem þeir þurfa."

Harsh kinkaði kolli og reyndi að lægja hvirfilvindinn í huga hans. Sviðsljósin voru geigvænleg þegar hann gekk upp á pallinn, en þegar hann byrjaði að tala, dofnaði heimurinn fyrir utan. Klapp og þvaður mannfjöldans breyttist í fjarlægt suð. Það var bara hann og orð hans.

Ræðan

Harsh byrjaði á því að kynna sjálfan sig og sagði frá ferð sinni frá sorginni við að missa Reenu til að lokum lækningu hans í gegnum skrif. Hann talaði um hvernig hann í sársauka sínum hafði uppgötvað rödd sem hjálpaði honum að vinna úr tilfinningum sínum og hvernig hann, með því að skrifa bloggið sitt, fann leið til að hjálpa öðrum sem áttu í erfiðleikum.

Hann talaði beint við áhorfendur: **"Við lifum í heimi þar sem okkur er stöðugt sagt að fela veikleika okkar, að "komast yfir þetta," að "halda áfram." En ég er hér til að segja þér að lækning virkar ekki svona. Heilun er sóðaleg. Hún er ófullkomin. Og það tekur tíma. Við þurfum að hætta að hlaupa frá sársauka okkar og byrja að læra af honum.**

Þegar ræðan hélt áfram tók Harsh eftir einhverju merkilegu. Herbergið var rólegt. Það var engin truflun, engin skipting í sætum eða að athuga síma. Áheyrendur hétu við hvert orð. Viðkvæmni hans, hrár heiðarleiki hans, hafði skapað tengingu sem fór fram úr orðum. Hann fann orkuna í herberginu breytast og í fyrsta skipti í langan tíma fann Harsh kraftinn í eigin rödd. Þetta var ekki bara saga hans lengur - þetta var saga allra. Allir áttu hluta af ferð hans í eigin lífi.

Hann lauk ræðunni með því að tala um mikilvægi þess að faðma hver við erum, galla og allt. **"Við erum öll að lækna á okkar hátt, á okkar eigin hraða. Og það er allt í lagi. Ekki láta neinn flýta þér. Ekki láta neinn segja þér að ferð þín sé röng. Þú ert nóg, alveg eins og þú ert."**

Þegar hann hafði lokið máli sínu braust salurinn upp í lófaklapp. Harsh stóð þarna og var enn að vinna úr því sem hafði gerst. Í stutta stund var allt kyrrt og hann áttaði sig á því að þetta var augnablikið sem hann hafði beðið eftir. Hann var ekki bara að tala fyrir sjálfan sig lengur - hann talaði fyrir þá óteljandi aðra sem höfðu þagað niður af eigin sársauka.

Eftirleikurinn

Klukkutímana eftir ræðu hans var Harsh ofviða yfir viðbrögðunum. Fólk kom til hans, sumt með tár í augunum, annað með þakklátt bros, sem allir sögðu hversu djúpt orð hans höfðu snert það. Þeir þökkuðu honum fyrir að vera heiðarlegur, fyrir að sýna þeim að það væri í lagi að vera viðkvæmur, að horfast í augu við sársaukann sinn í stað þess að fela sig fyrir honum.

Meðal mannfjöldans var kona að nafni Aarti, þekktur útgefandi á sviði sjálfshjálpar og persónulegs þroska. Hún hafði heyrt um blogg Harsh og hafði fylgst með ferð hans í marga mánuði. Eftir atburðinn kynnti hún sig fyrir Harsh og þau tvö hófu fljótt samtal. Aarti var ekki aðeins hrifinn af boðskap Harsh heldur einnig af skrifum hans og hvernig þau slógu í gegn hjá svo breiðum áhorfendum.

„Ég held að sagan þín gæti náð til svo margra fleiri," sagði Aarti. „Það sem þú hefur smíðað með blogginu þínu er ótrúlegt, en hefurðu íhugað að breyta því í bók?

Harsh var brugðið. Honum hafði aldrei dottið í hug að útvíkka skrif sín í bók, en uppástunga Aarti fannst vera rökrétt næsta skref. Á meðan á samtalinu stóð bauðst Aarti að hjálpa honum að fá bókasamning, einn sem myndi deila boðskap hans um tilfinningalega seiglu og lækningu með stærri áhorfendum.

Bókasamningur

Það tók Harsh ekki langan tíma að samþykkja tilboð Aarti. Hún hjálpaði honum að semja tillögu og fljótlega voru þau í viðræðum við forlög. Innan nokkurra mánaða hafði Harsh skrifað undir samning um fyrstu bók sína - dýpri könnun á kjarnaþemum bloggsins hans, blöndu af persónulegum sögum, tilfinningalegri visku og hagnýtum ráðum til lækninga.

Bókin bar titilinn **„Lækning innan frá: Ferð um seiglu,“** og hún yrði gefin út síðar sama ár. Harsh gat ekki trúað því hversu hratt hlutirnir gerðust - hann hafði breyst úr því að vera strákur sem skrifaði út um sársauka sinn í rólegri íbúð í opinberan persónu með bókasamning, talaði á ráðstefnum og hjálpaði öðrum að lækna.

En þrátt fyrir vaxandi viðurkenningu, hélt Harsh sér jörð. Þetta snerist ekki um frægð eða velgengni fyrir hann - þetta snérist um að hjálpa öðrum að lækna, rétt eins og skrif höfðu hjálpað honum að lækna. Og núna, með bókasamning í höndunum og stuðning vaxandi samfélags síns, vissi hann að þetta væri bara byrjunin á einhverju miklu stærra.

15. KAFLI: GRÍMAN RENNUR

Samband Reenu byrjar að slitna - tilfinningaleg stjórn, afbrýðisemi, meðferð koma í ljós.

Blekking fullkomnunar

Reena hafði alltaf trúað því að nýja sambandið hennar væri það eina. Sú þar sem ástin yrði loksins allt sem hún hafði vonast eftir - ástúð, öryggi og tilfinning um að tilheyra. Það var allt sem hafði vantað í óvissu háskólaáranna, allt sem virtist komast hjá henni á ruglingslegum eftirmála brots hennar við Harsh. Og um stund virtist það fullkomið.

Í upphafi var allt um nýja samband hennar spennandi. Drengurinn, Aryan, virtist umhyggjusamur og umhyggjusamur, alltaf tilbúinn að hlusta þegar hún þurfti að tala. Hann lét henni líða einstök á þann hátt sem fáir höfðu. Orð hans, slétt og smjaðrandi, lofuðu henni framtíð hamingjunnar - framtíð þar sem hún þyrfti aldrei aftur að líða einmana. Hún undraðist hversu auðvelt það var að vera með honum, hversu eðlilegt það var að vera ástfanginn.

En þegar fram liðu stundir fóru sprungurnar í yfirborðinu að gera vart við sig. Í fyrstu voru þau lítil, nánast ómerkjanleg. Aryan spurði hana aðeins of oft um dvalarstað hennar og hélt því alltaf fram að hann væri bara að vernda. Svo voru það oft „brandarar“ um vináttu hennar við aðra stráka. "Ég veit að þú elskar þá, en ekki eins mikið og þú elskar mig, ekki satt?" sagði hann, bros hans skarpt og stríðnislegt, þó hún gæti greint undirliggjandi brún cignarhalds í tóni hans.

Reena þurrkaði það af sér í fyrstu, tók það upp við óöryggi hans, fullvissaði hann með hlátri. Þegar öllu er á botninn hvolft, snerist ást ekki um að hugsa um hvort annað, vernda hvert annað? Kannski var þetta bara hluti af gangverki sambandsins. Hún hafði enga reynslu af samböndum, svo það var skynsamlegt að trúa því að þetta væri eðlilegt. Hann elskaði hana, er það ekki?

Breytingin í Dynamics

En eftir því sem mánuðirnir liðu fór hegðunin að breytast úr lúmsku yfir í augljóst. Eignarhyggja Aryan breyttist í meðferð og mörkin milli ástar og stjórn urðu óskýr. Það byrjaði með litlu hlutunum - að takmarka tíma hennar með vinum, láta hana finna fyrir sektarkennd fyrir að eyða of miklum tíma í burtu frá honum. Hann myndi krefjast þess að fá að vita hvar hún hefði verið, með hverjum hún hefði verið og hvað hún hefði gert. „Ég er ekki að segja að þú getir ekki skemmt þér með vinum þínum," sagði hann, „en það er bara svolítið svekkjandi þegar þú setur mig ekki í forgang.

Reena fór að líða eins og hún væri að ganga á eggjaskurn. Skemmtilegu, áhyggjulausu dagarnir í sambandi þeirra virtust hafa gufað upp. Það varð erfiðara og erfiðara að vera hún sjálf í kringum hann. Ef hún vildi hanga með vinum sínum eða einbeita sér að náminu, myndi Aryan tárast og sannfæra hana um að hún væri að vanrækja hann og lét henni líða eins og slæmum félaga. Á vissan hátt fannst henni hún föst í hringrás sektarkenndar og skyldu.

Hún gat ekki fundið nákvæmlega augnablikið þegar hlutirnir höfðu breyst, en hún fann hversu fjarlægðin eykst á milli þeirra. Einu sinni blíðleg látbragð Aryan var farin að líða meira eins og próf, eins og hann væri að reyna að stjórna hverri hreyfingu hennar. Ef hún svaraði ekki textaskilaboðum strax, sendi hann nokkur eftirfylgniskilaboð, hvert áleitnari en síðast. "Hvar ertu?" "Ertu að hunsa mig?" "Af hverju ertu ekki að svara?"

Reena lenti í tilfinningalegri togstreitu. Annars vegar þótti henni enn vænt um Aryan, en hins vegar fannst henni eitthvað ekki rétt lengur. Það komu augnablik þegar hann virkaði fjarlægur, ástúð hans kom í stað köldu afskiptaleysis og hún gerði allt til að ná athygli hans aftur. Samt sem áður, því meira sem hún reyndi að þóknast honum, því lengra virtist hún falla í stjórnvef hans.

Afbrýðisemin sem batt hana

Kvöld eitt mættu Reena og Aryan í veislu sem einn af háskólavinum hennar stóð fyrir. Kvöldið byrjaði vel – tónlist, hlátur og vinir að ná sér eftir langa viku af prófum. En það breyttist þegar hún sá einn af gömlum vinkonum sínum, Rahul, úr þorpinu. Rahul var kominn til borgarinnar til að læra og var líka viðstaddur veisluna. Þau höfðu ekki sést í mörg ár og fundurinn var þægilegur og hlýr. Þau eyddu nokkrum mínútum í að spjalla, rifjuðu upp æsku sína, fjölskyldur sínar og þorpið.

Aryan, sem hafði fylgst með úr fjarlægð, tók ekki of vel í samskiptin. Hann gekk fram með þvingað bros á andlitinu og lagði handlegginn um mitti Reenu á þann hátt að hann var eignarmikill frekar en ástúðlegur. "Hafa gaman?" spurði hann, rödd hans köld.

Reena kinkaði kolli og fann spennuna í orðum hans. Hún var ekki viss um hvað hafði hrundið af stað, en augu Aryan voru dökk, fyllt af blöndu af afbrýðisemi og tortryggni. Hún reyndi að hughreysta hann og sagði: „Þetta er bara Rahul, frá þorpinu. Við höfum þekkst í mörg ár.

En Aryan virtist ekki heyra í henni. "Ó, svo núna ertu að hanga með strákum frá fortíðinni þinni?" hann skaut til baka, tónn hans skarpur og ásakandi.

Reena var hissa á viðbrögðum hans. Þetta var bara vinalegt spjall, ekkert annað. En eignarhald Aryans hafði náð suðumarki. Hann byrjaði að gera hógvær ummæli undir öndinni og sagði henni að hún þyrfti að velja á milli hans og hinna strákanna í lífi sínu. Ásakanirnar héldu áfram þegar leið á nóttina og fljótlega fann Reena sjálfa sig í að verja sig og reyndi að útskýra aðstæður sem hún taldi ekki þurfa að útskýra í upphafi.

"Af hverju ertu að gera þetta svona mikið mál?" spurði Reena, svekktur, en skapið á Aryan var þegar farið að stigmagnast.

"Þú gerir þetta alltaf, er það ekki?" svaraði hann, rödd hans varð hávær og vakti athygli annarra í kringum þá. „Þú hleypur alltaf aftur til æskuvina þinna þegar allt gengur ekki vel hjá okkur."

Reena fann öldu niðurlægingar fara yfir sig. Það sem hafði byrjað sem notalegt kvöld hafði nú breyst í opinber átök og sektarkenndin sem hún hafði verið með í margar vikur hótaði að kæfa hana. Hún reyndi að róa hann, en Aryan heyrði ekkert í því.

Það var ekki í fyrsta skipti sem þetta gerðist. Afbrýðisemi Aryans var fastur liður í sambandi þeirra, eitthvað sem hafði bara versnað eftir því sem á leið. Reena var farin að taka eftir því að í hvert skipti sem hún var í kringum einhvern annan varð Aryan eignarhaldssöm, efaðist um hollustu hennar og sakaði hana um að vera ekki að fullu fjárfest í sambandi þeirra. Þetta var augnablikið þegar Reena áttaði sig á því að manneskjan sem hún hafði einu sinni talið vera fullkomna samsvörun hennar var ekki sú sem hann virtist vera. Gríman hafði runnið. Undir yfirborði ástúðar og umhyggju var eitthvað dekkra að spila – tilfinningaleg stjórnun, afbrýðisemi og stjórn.

Framkvæmdin

Næstu dagar eftir veisluna fylltust spennu. Reena reyndi að ýta atvikinu út úr huga hennar, en það héldi áfram og ofsótti hugsanir hennar. Hún byrjaði að spila samtalið aftur og aftur og leitaði að merkjum sem hún hefði misst af á leiðinni. Hefði Aryan alltaf verið svona? Hafði hún hunsað rauðu fánana vegna þess að hún vildi ekki horfast í augu við raunveruleika sambandsins? Eftir því sem dagarnir liðu fór hún að finna fyrir meiri og meiri köfnun vegna nærveru hans. Hann byrjaði að hringja oftar í hana, spyrja um dvalarstað hennar á öllum tímum sólarhringsins og spyrja hana hverja hreyfingu. Reena gat ekki andað. Henni fór að líða eins og hún væri að missa sig í sambandinu - eins og manneskjan sem hún hafði einu sinni verið, frjáls og sjálfsörugg, var að renna sér undan.

Það var í einu af mörgum samtölum þeirra seint á kvöldin sem það sló hana loksins: **þetta var ekki ást.** Ást snýst ekki um að stjórna hverri hreyfingu einhvers, láta hann finna fyrir sektarkennd fyrir að eiga önnur sambönd eða kæfa hann af öfund. Ást snerist ekki um að neyða einhvern til að velja á milli þín og allra annarra í lífi sínu.

Tár spruttu í augu hennar þar sem hún sat á rúmstokknum með símann í höndunum. Hún hugsaði um Harsh. Hún hugsaði um tengslin sem þau höfðu deilt, hversu vel þau höfðu elskað hvort annað. Þeir höfðu aldrei þurft að stjórna eða stjórna hver öðrum. Ást þeirra hafði verið einföld, heiðarleg og frjáls. Það hafði ekki verið fullkomið, en það hafði verið raunverulegt.

Breaking Free

Reena vissi hvað hún þurfti að gera. Hún gat ekki haldið áfram að lifa á þennan hátt - að láta eins og allt væri í lagi þegar hjarta hennar var þungt af efa. Hún gat ekki haldið áfram að gefa Aryan vald til að ráða hamingju sinni. Hún þurfti að taka aftur stjórn á eigin lífi, jafnvel þótt það þýddi að sleppa einhverjum sem hún hélt einu sinni að væri svarið við einmanaleika sínum.

Það var ekki auðvelt. Það var aldrei. Samtalið sem fylgdi var fullt af tárum, rifrildum og ásökunum. Aryan var reiður og neitaði að sætta sig við að Reena væri að binda enda á hlutina. Hann reyndi að svíkja hana um sektarkennd og sagði henni að hún myndi sjá eftir því, að hún myndi aldrei finna einhvern sem annast hana eins og hann gerði.

En Reena hafði gert upp hug sinn. Hún vissi innst inni að hún var betur stödd ein en í sambandi þar sem verðmæti hennar var mælt af hlýðni hennar og hlýðni. Hún hafði leyft sér að hafa áhrif, en ekki lengur.
"Fyrirgefðu, Aryan," sagði hún, rödd hennar skalf en ákveðin. "En ég get þetta ekki lengur."
Og þar með gekk hún í burtu — brotin, en ákveðin í að lækna.

Næstu vikurnar glímdi Reena við afleiðingar ákvörðunar sinnar. Hún fann fyrir missi, ekki vegna Aryan, heldur vegna manneskjunnar sem hún var orðin í því ferli að vera með honum. Hún hafði misst sjálfa sig í stjórn hans, í afbrýðisemi hans og í meðferð hans. En nú, þegar þungi þessarar byrðar léttist, byrjaði hún að enduruppgötva hver hún raunverulega var – manneskja sem er verðug ástar, virðingar og frelsis.
Og þegar hún hóf lækningaferð sína gat hún ekki annað en hugsað um Harsh – drenginn sem hafði kennt henni gildi sannrar ástar, þeirrar tegundar sem byggðist ekki á stjórn heldur trausti, virðingu og gagnkvæmum skilningi.

16. KAFLI: HUGLEIÐINGAR Í SPEGLINUM

Ein og sár byrjar Reena að hugsa um það sem hún átti með Harsh - hvað hún misskildi, hvað hún missti.

Þyngd þögnarinnar

Nóttin teygði sig fram fyrir hana, hljóður bergmál af hvirfilvindinum sem var orðið líf hennar. Reena sat í daufri birtu herbergisins síns, svalandi golan úr glugganum straukst við húð hennar þegar hún starði í spegilinn. Spegilmyndin sem leit aftur á hana var kunnugleg en samt á einhvern hátt fjarlæg – eins og útgáfa af sjálfri sér sem hún þekkti ekki lengur.

Þögnin í herberginu var þrúgandi og með henni fylgdi snarpur stingur einmanaleikans. Það voru liðnar vikur síðan hún hafði bundið enda á hlutina með Aryan, en þungi ákvörðunar hennar hélst enn. Það var ekki sambandið sem særði - það var að átta sig á því sem hún hafði misst á leiðinni. Í rólegheitum hennar eigin hugsana fóru veggirnir sem hún hafði byggt upp í kringum sig að hrynja og minningarnar um það sem hún átti með Harsh streymdu fram.

Hún hafði alltaf getað reitt sig á hann, en samt hafði hún einhvern veginn látið hann sleppa. Hún hafði sannfært sjálfa sig um að samband hennar við Aryan passaði betur, að ástúðin sem hann veitti henni væri það sem hún virkilega þurfti. En nú þegar líða tók á dagana og hún fann sjálfa sig ein með hugsanir sínar, komu sprungurnar í ákvörðunum hennar betur í ljós. Harsh hafði aldrei reynt að stjórna henni eða stjórna tilfinningum hennar. Hann hafði elskað hana af rólegum styrk sem hún hafði ekki skilið til fulls á þeim tíma. Og nú fannst fjarvera þessarar ástar eins og óuppfyllanlegt tómarúm.

Eðli ástarinnar

Reena hallaði sér fram, hvíldi olnbogana á hnjánum, hendurnar þéttar saman. Hjarta hennar verkjaði þegar hún hugsaði til baka til þess tíma þegar hún og Harsh höfðu eytt sumrum sínum saman í þorpinu. Sambandið sem þau deildu hafði verið svo eðlilegt, svo hreint. Þeir höfðu ekki einu sinni áttað sig á því að þetta var ást á þeim tíma; þetta hafði einfaldlega verið vinátta - djúp, óbilandi tengsl sem þurfti engrar skýringar.

En í gegnum árin hafði allt breyst. Hún hafði breyst.

Þegar hún hafði yfirgefið þorpið og farið í háskóla hafði heimurinn opnast á þann hátt sem hún hafði ekki búist við. Töfra frelsisins, ný reynsla og spennan yfir sjálfstæði höfðu dregið hana frá einfaldleika tengslanna sem hún deildi með Harsh. Í fyrstu var þetta bara spurning um að vaxa í sundur - lífið átti leið til að halda áfram, og það gerðu þeir líka. En fljótlega urðu nýju truflunirnar meira sannfærandi. Hún sópaðist að í hringiðu athygli, staðfestingar og þjóta rómantískra möguleika. Og einhvers staðar á leiðinni hafði hún misst sjónar á ástinni sem hafði beðið hennar alla tíð.

Sambandið við Aryan hafði lofað einhverju nýju - öryggistilfinningu, manneskju sem virtist skilja hana á þann hátt sem enginn annar gerði. En núna sá hún það fyrir það sem það var í raun: brothætt smíði byggð á óöryggi og meðferð. Þetta hafði verið blekking, hverful tilraun til að fylla rými sem enginn gat fyllt nema hún sjálf.

Hvað-ef

Spurningarnar hringdu í kringum hana eins og draugar - hvað ef hún hefði hlustað á hjartað í stað efasemda sinna? Hvað ef hún hefði valið Harsh í stað þess að elta hugmyndina um eitthvað meira spennandi? Hvað ef hún hefði verið nógu hugrökk til að standa með honum, horfast í augu við eigin tilfinningar þegar þær fóru fyrst að breytast frá vináttu yfir í eitthvað dýpra?

Það var ekki eins og Reena hefði ekki fundið fyrir því. Hún hafði alltaf vitað að það væri eitthvað meira á milli þeirra - eitthvað sem fór út fyrir vináttu. En hún hafði verið hrædd. Hrædd við hvað það þýddi, hrædd við hvernig það myndi breyta öllu. Á þeim tíma fannst hugmyndin um samband eins og flækja, eitthvað sem gæti eyðilagt einfaldleika sambandsins. Og svo hafði hún leyft því að hverfa í bakgrunninn, ýtt í burtu af ótta við að missa það eina sem hafði gert hana örugga og skiljanlega.

Því meira sem hún hugleiddi, því betur áttaði hún sig á því að hik hennar hafði sprottið af óöryggi – að finnast hún ekki verðug hvers konar ást sem Harsh hafði veitt henni. Hann hafði alltaf verið til staðar, stöðugur og traustur, og hún hafði tekið honum sem sjálfsögðum hlut. Hún hafði verið svo einbeitt að ytri truflunum háskólalífsins, þörfinni fyrir samþykki og spennu nýrra samskipta, að hún hafði ekki raunverulega áttað sig á gildi þess sem hún hafði þegar.

Tímamótin

Það var ekki fyrr en sannir litir Aryan höfðu sýnt að Reena skildi dýpt mistök sín. Sambandið sem hún hafði talið að yrði flótti hennar, svar hennar við einmanaleikanum og óvissunni sem hún hafði fundið fyrir eftir að hún yfirgaf þorpið, hafði reynst vera gildra. Ást Aryans hafði aldrei verið skilyrðislaus. Það hafði verið útreiknuð viðleitni að halda henni í skefjum, láta henni líða eins og hún væri stöðugt að ganga á eggjaskurn. Tilfinningaleg meðferð, afbrýðisemi, sektarkennd - þetta voru verkfærin sem hann notaði til að halda henni nálægt, til að láta henni líða eins og hún gæti ekki lifað án hans.

Aftur á móti hafði ást Harsh verið einföld, byggð á trausti og gagnkvæmri virðingu. Það hafði ekki verið áberandi eða athyglissjúkt, en það hafði verið raunverulegt. Hann hafði alltaf verið til staðar fyrir hana, jafnvel þegar heimurinn í kringum þau var að breytast. En Reena hafði verið blind á það. Hún hafði trúað því að spennan yfir nýjum upplifunum myndi uppfylla hana á þann hátt sem stöðug ást Harsh gat ekki. Og nú, þegar sprungurnar í sambandi hennar við Aryan jukust, áttaði hún sig á því hversu rangt hún hafði haft.

Hjarta Reenu var þungt af eftirsjá. Hún hafði verið svo einbeitt að því sem var beint fyrir framan hana - á truflun og loforð um nýja ást - að hún hafði ekki gefið sér tíma til að meta hvað var raunverulegt. Og nú, þar sem hún sat í þögninni í herberginu sínu, skildi hún að ást Harsh hafði verið sá fasti í lífi hennar, það eina sem hún hafði alltaf getað reitt sig á.

Sakleysismissinn

Reena lokaði augunum, þungi minninganna þrýsti sér niður á brjóst hennar. Hún hugsaði um sumrin með Harsh - rólegu síðdegisstundirnar við ána, sameiginlega hláturinn undir stjörnunum, augnablikin þegar allt var einfalt og hreint. Þau höfðu alist upp saman, tengsl þeirra jafn eðlileg og andardráttur, og hún hafði aldrei efast um það. En þegar þau urðu eldri, þegar þau komu inn í ólíka heima, hafði þessi tengsl reynst. Hún hafði verið hrædd við að viðurkenna dýptar tilfinningar sínar til hans, hrædd við hvað það myndi þýða fyrir vináttu þeirra, hrædd við hvernig það gæti breytt öllu.

Ástin sem hún hafði deilt með Harsh hafði verið óbrotin, en hún hafði líka verið sannasta ást sem hún hafði kynnst. Og nú, þar sem hún sat í myrkrinu, ein með hugsanir sínar, áttaði hún sig á hversu miklu hún hafði misst. Drengurinn sem hafði verið besti vinur hennar, trúnaðarvinur hennar og huggunarbrunnur hafði runnið burt vegna þess að hún hafði verið of hrædd við að horfast í augu við sannleikann í eigin hjarta.

Vakningin

Mjúkur andvari hrærði í gluggatjöldunum og Reena dró djúpt andann, eins og loftið sjálft gæti hreinsað þokuna í huga hennar. Hún stóð hægt upp, gekk að glugganum og horfði út á rólega nóttina. Heimurinn virtist kyrr, eins og hann hélt niðri í sér andanum og beið eftir því að hún tæki næsta skref.

Hún vissi hvað hún þurfti að gera. Þetta snerist ekki um að hlaupa aftur til Harsh, heldur um að sætta sig við raunveruleikann í því sem hún hafði misst. Hún varð að horfast í augu við sannleikann í mistökum sínum, viðurkenna hvernig hún hafði látið óttann ráða ákvörðunum sínum og skilja að það var aldrei of seint að gera hlutina rétta.

En fyrst varð hún að fyrirgefa sjálfri sér.

Lærdómurinn

Hugur Reenu reikaði til lærdómanna sem hún hafði lært - þeirra sem hún hafði verið of blind til að sjá áður. Ást snérist ekki um spennuþrá eða staðfestingu annarra. Þetta snerist ekki um að finna einhvern sem myndi láta hana finna fyrir öryggi eða fylla eyðurnar í lífi hennar. Ást snerist um traust, virðingu og skilning. Það var um að vera með einhverjum sem sá hana eins og hún var í raun og veru og elskaði hana án skilyrða.

Hún hafði komist að því að ekki væri hægt að þvinga ást eða stjórna henni. Það varð að gefa frjálst, alveg eins og Harsh hafði gefið henni það í öll þessi ár. Og nú, þar sem hún stóð í rólegheitunum í herberginu sínu, áttaði hún sig á því að lækningaferð hennar snýst ekki bara um að laga brotna hluta hjarta hennar - það snerist um að læra að elska sjálfa sig, að meta sjálfa sig og vita að hún væri verðug ást sem var góð, þolinmóð og sönn.

Vegurinn framundan

Reena vissi að leiðin framundan yrði ekki auðveld. Hún hafði gert mistök, sært manneskjuna sem henni þótti mest vænt um og leyft sér að leiðast afvega. En lexían sem hún hafði lært í kjölfar misheppnaðs sambands síns við Aryan hafði gert hana sterkari, meðvitaðri um sjálfa sig og ákveðnari í að lifa lífi byggt á áreiðanleika og ást.

Þegar hún sneri sér frá speglinum og gekk að skrifborðinu sínu, opnaði hún dagbókina sína, þann sem hafði safnað ryki allt of lengi. Hún byrjaði að skrifa, orð hennar streymdu inn á blaðsíðuna eins og losun. Hún skrifaði um sársaukann, eftirsjána og lækninguna sem var hægt að festa rætur í hjarta hennar. En mest af öllu skrifaði hún um vonina - vonina um að einn daginn myndi hún geta mætt Harsh aftur, ekki með eftirsjá, heldur með skilningi á því sem þeir áttu og visku til að vita að stundum snerist ástin ekki um að finna hinn fullkomna manneskju - hún snerist um að finna réttu manneskjuna fyrir þig og vera nógu hugrakkur til að berjast fyrir henni.

6. GERÐ: Heilur hringur

Ár voru liðin síðan Harsh heimsótti þorpið síðast. Heimurinn hafði haldið áfram og hann líka. En minningarnar um sumrin sem hann dvaldi þar, stundir saklausrar gleði og hið einfalda tengsl sem hann hafði deilt með Reenu sátu enn í hugarheimum hans. Hann var löngu búinn að sleppa fortíðinni, en eitthvað við þorpið, akrana og kyrrðina hafði alltaf kallað hann aftur.

Það var á einni af bókaferðum sínum sem Harsh fann sjálfan sig að snúa aftur til þorpsins, boðið að tala á staðbundnum viðburði um tilfinningalega lækningu, seiglu og kraft frásagnar. Sem farsæll rithöfundur og eftirsóttur fyrirlesari hafði Harsh lifað allt öðru lífi en drengurinn sem eitt sinn ráfaði um þessi tún með frænda sínum. En kjarninn í því hver hann var hafði ekki breyst.

Það var undarleg tilfinning að snúa aftur á stað sem hafði verið svo miðlægur í æsku hans. Hin kunnulegu sjón – þéttu grænu túnin, mjóir moldarvegir, fjarlæg fjöll – vöktu upp minningar um einfaldari tíma, þegar lífið hafði verið áhyggjulaust og heimurinn hafði verið fullur af endalausum möguleikum. En það var einn blettur sem kallaði á hann meira en nokkur annar: tréð. Gamla, trausta tréð þar sem hann og Reena höfðu deilt ótal augnablikum sínum af hlátri, djúpum samtölum og ósögðum ástúð.

Hið óvænta endurfund

Viðburðurinn var haldinn í félagsmiðstöðinni, auðmjúkri byggingu sem stóð í hjarta þorpsins. Harð kom snemma, síðdegissólin varpaði gylltum ljóma á allt sem hún snerti. Hann tók vel á móti þorpsbúum, sem margir höfðu fylgst með honum vaxa úr grasi í sumarheimsóknum hans. Viðburðurinn heppnaðist vel, eins og búist var við - Harsh deildi sögu sinni, bauð upp á visku um lækningu og tilfinningalega seiglu, og byggði á persónulegri reynslu sinni af ástarsorg og vexti.

En jafnvel þegar hann stóð á sviðinu, brosandi og talaði við mannfjöldann, reikaði hugurinn af og til. Tilhugsunin um að sjá Reenu aftur, eftir öll þessi ár, sat í bakinu á honum eins og hljóðlátt hvísla. Hann hafði heyrt frá sameiginlegum vinum að hún ætti aftur heima í þorpinu eftir margra ára dvöl í borginni. Svo virtist sem þorpið væri staðurinn þar sem þau bæði, á mismunandi hátt, hefðu fundið sig aftur.

Eftir að viðburðinum lauk fann Harsh sig á gangandi út í lausu loftið. Sólin var að setjast og varpa löngum skugga yfir túnin og þorpið var friðsælt á þann hátt sem aðeins smábæir gætu verið. Þegar hann gekk, fann hann skref sín sem leiddu hann í átt að kunnuglega hæðartoppnum þar sem gamla tréð stóð.

Það voru mörg ár síðan hann hafði verið þar, en það var eins og að sjá tréð eins og að koma heim. Knjóttu greinarnar, þykkar og vitur, teygðu sig upp til himins, eins og þær geymdu minningarnar um allt sem gerst hafði undir þeim. Harsh stóð þarna augnablik og tók þetta allt inn í sig - þögnina, nostalgíuna, tilfinninguna um að eitthvað mikilvægt væri að gerast.

Og svo sá hann hana.

Reena stóð undir trénu, bakið sneri að honum, hárið náði í vindinn. Hún leit eins út, en samt var hún öðruvísi. Árin höfðu mótað hana á þann hátt sem hann gat ekki orðað, en það var rólegur styrkur yfir henni núna, þroski sem hafði ekki verið til staðar áður. Hún hafði breyst, alveg eins og hann.
Um stund stóð Harsh frosinn, óviss um hvað hann ætti að gera. Fortíðin, með öllum sínum margbreytileika og óuppgerðum tilfinningum, virtist hanga í loftinu á milli þeirra. En svo, eins og af eðlisávísun, steig hann skref fram á við og heimurinn virtist fjara út.

Þögult samtal

Reena sneri sér við við hljóðið af fótataki hans, augu hennar stækkuðu af undrun. Það var stutt augnablik af hik - hvorugt þeirra vissi nákvæmlega hvernig á að rjúfa þögnina. Tíminn var liðinn og svo margt hafði breyst. En á því augnabliki, undir gamla trénu, var eins og ekkert hefði breyst.
"Hörð?" Rödd Reenu var mjúk, með semingi, eins og hún væri ekki viss um hvort þetta augnablik væri raunverulegt eða bara draumur.
Hann kinkaði kolli, hægt bros myndaðist á vörum hans. "Það er langt síðan, er það ekki?"
Reena brosti til baka, þó að augu hennar virtust geyma dýpri sorg, eins konar hljóðlát spegilmynd. „Margt hefur breyst," sagði hún, rödd hennar varla yfir hvísli.
„Ég veit það," svaraði Harsh og gekk nær, gætir þess að troða henni ekki saman. "Ég finn það."
Það var óþægileg þögn á milli þeirra, rými fyllt af þunga áranna sem þau höfðu eytt í sundur. En í þeirri þögn var líka tilfinning um skilning, viðurkenningu á sameiginlegri sögu sem þau báðir báru.

"Af hverju komstu aldrei aftur?" spurði Reena og rödd hennar sýndi vott af viðkvæmni.
Andvarpaði harkalega, augnaráð hans rak að trénu áður en hann leit aftur á hana. „Ég býst við að ég hefði mitt eigið ferðalag að fara. En ég gleymdi aldrei þessum stað, eða þér.“
Reena kinkaði kolli hægt, augun beinast nú að jörðinni. "Ég veit. Ég..." Hún stoppaði sjálf, eins og hún væri ekki viss um hvernig hún ætti að halda áfram. „Ég gerði svo mörg mistök, Harsh. Ég skildi aldrei hvað ég hafði fyrr en það var of seint.“
Orðin héngu í loftinu á milli þeirra, hrá og heiðarleg, og Harsh fann að brjóst hans herðist. Hann hafði borið á sér eigin eftirsjá, sinn eigin sársauka, en að heyra Reenu tala svo opinskátt um sína var eins og léttir. Það var ekki það að hann vildi að hún væri með sársauka - það var að hann hafði aldrei skilið til fulls hvað hafði gerst á milli þeirra fyrr en á þessari stundu.
„Mér þykir það líka leitt, Reena,“ sagði Harsh hljóðlega. "Fyrir allt. Fyrir að vera ekki til staðar þegar þú þurftir á mér að halda. Fyrir að vera ekki opnari við þig um hvernig mér leið."
Hún sneri sér að honum að fullu núna, augu hennar rannsökuðu andlit hans. "Ég hefði átt að vita það, er það ekki? En ég var of upptekin af öllu öðru. Truflununum, fólkinu, hávaðanum. Ég sá ekki hljóðlátan styrkinn sem þú varst að bjóða mér allan tímann."
Hjarta Harsh verkjaði þegar hann hlustaði á hana, en hann kinkaði kolli hægt og skildi orð hennar dýpra en hann hefði getað gert í fortíðinni. "Ég skil það núna. Og ég ásaka þig ekki, Reena. Við vorum báðar bara að reyna að rata."

Þeir stóðu þarna um stund, kyrrðin teygði sig á milli þeirra, og það var eins og þungi áranna hefði loksins sleppt. Það voru ekki fleiri orð eftir að segja, ekki lengur eftirsjá að halda í. Fortíðin var það sem hún var og þau höfðu bæði lært af henni á sinn hátt.

Heilunin hefst

Vindurinn rauk í gegnum greinar trésins, eins og hann væri að hvísla samþykki þess. Það var eins og alheimurinn sjálfur væri að viðurkenna augnablikið sem þeir höfðu deilt. Harsh dró djúpt andann og fann að þunginn af þessu öllu lyftist af öxlum hans.

„Veistu, ég hélt aldrei að ég myndi sjá þig aftur,“ sagði Reena lágt og rauf þögnina enn og aftur.

Harðskeytt bros, ósvikið, óþarft bros að þessu sinni. „Ég bjóst ekki við því heldur, en hér erum við.

Hún hló lágt, hljóð sem var kunnuglegt og hughreystandi. "Svo, hvað núna?"

Harkaleg hugsun um stund. "Ég veit það ekki. Ég held að við höfum bæði haldið áfram frá þeim stað sem við vorum. En kannski... kannski er kominn tími til að við sleppum loksins fortíðinni. Ekki til að gleyma því, heldur til að viðurkenna það sem það var."

Reena kinkaði kolli og augnaráð hennar færðist aftur að trénu. "Það er fyndið," sagði hún, "hvernig hlutirnir snúast í hring. Ég hélt að við værum bara vinir, en núna... ég sé þetta öðruvísi."

Harsh svaraði ekki strax, ekki vegna þess að hann hefði ekki neitt að segja, heldur vegna þess að orðin þóttu óþörf. Það sem þeir deildu var nú meira en orð. Það var hinn ósagði skilningur, hið hljóðláta samband sem alltaf hafði verið á milli þeirra.

„Ég held að ég skilji það núna líka,“ sagði hann eftir takt. "Og ég er í lagi með það. Hvað sem gerist þá er ég í lagi."

Reena horfði upp á hann, augun fyllt af rólegri sorg, en líka einhverju meira — samþykki. "Ég held að ég sé það líka."

Þau stóðu saman undir trénu, sólin dýfði fyrir neðan sjóndeildarhringinn. Skuggarnir urðu langir og loftið kólnaði, en það var friðartilfinning sem umvafði þá báða. Fortíðin hafði verið erfið, full af mistökum og misskilningi, en hér, á þessu augnabliki, var aðeins nútíðin – skilningurinn á því að þau væru komin í hring.

Þeir þurftu ekki að endurlifa fortíð sína til að finna lokun. Allt sem þeir þurftu var að skilja að stundum kom lækning ekki frá því að breyta fortíðinni, heldur frá því að faðma hana og vita hvenær það var kominn tími til að sleppa takinu.

18. KAFLI: FYRIRGEFNING

Sólin var komin á bak við fjöllin og varpaði mjúkum ljóma yfir þorpið. Kvöldloftið var svalt, en ekki of kalt — blíður andvari hvíslaði í gegnum laufblöðin á gamla trénu, staðurinn þar sem Harsh og Reena höfðu einu sinni deilt svo miklu af æsku sinni. Það var þar sem þræðir banda þeirra höfðu verið ofnir fyrir svo mörgum árum og það var hér, undir sama tré, sem þeir myndu standa frammi fyrir hvort öðru í fyrsta skipti í mörg ár.

Kvöldið var rólegt, að undanskildum fjarlægum hljóðum af krikket sem kveið og einstaka blöðrurusl. Harsh stóð með bakið upp að trénu, hendurnar í vösunum, augnaráðið beindist að jörðinni. Hann gerði sér engar væntingar til þessa fundar. Þegar Reena hafði leitað til hans fyrr um daginn, eftir stutt samtal þeirra, hafði hún beðið um augnablik að fá að tala. Hún vildi biðjast afsökunar, sagði hún, á því sem hafði gerst á milli þeirra.

Reena, sem nú stóð fyrir framan hann, leit öðruvísi út. Í stað stúlkunnar, sem einu sinni hafði verið áhyggjulaus og full af órættri væntumþykju, hafði verið skipt út fyrir einhvern yfirvegaðari, þroskaðri. Það var andrúmsloft varnarleysis í stellingu hennar, hvernig hún hélt sjálfri sér - þetta var ekki lengur áhyggjulausi frændi sem hann hafði eytt sumrum með. Þetta var einhver sem hafði lifað, einhver sem hafði upplifað ást og missi og sem á sinn hátt var að reyna að gera frið við þetta allt saman.

„Harka," sagði hún lágt og rauf þögnina. „Ég veit að þetta er langur tími og ég er ekki viss um hvað ég býst við af þessu samtali... en ég þurfti að segja nokkur atriði." Rödd hennar hiknaði um stund og hún dró djúpt andann áður en hún hélt áfram. "Ég hef borið þetta með mér svo lengi og ég veit að ég særði þig. Ég hef eytt árum í að reyna að réttlæta það sem ég gerði, en ég veit núna að það var rangt. Og ég skulda þér afsökunarbeiðni."

Harð horfði á hana og rannsakaði andlit hennar. Augu hennar, þó hún væri þreytt, voru full af einlægni, slíkri einlægni sem hann hafði ekki séð í henni í mörg ár. Hann hafði haldið áfram, hann hafði læknað, en þegar hann sá Reenu hér, standa frammi fyrir honum, varð þungi fortíðarinnar raunverulegur aftur. Hann vissi ekki hvað hann átti að segja í fyrstu. Hluti af honum vildi ná til hennar, hugga hana, segja henni að það væri í lagi, að hann skildi. En annar hluti hans - sá hluti sem hafði verið brotinn af henni, sá hluti sem hafði lært að lifa án hennar - var kyrr, óviss.

„Ég veit að ég særði þig, Harsh," hélt Reena áfram, rödd hennar hljóðari núna. "Ég ætlaði það aldrei, en ég gerði það. Ég leyfði mér að festast í hlutum sem voru ekki raunverulegir, af fólki sem var sama. Og með því missti ég það sem skipti mig mestu máli. Ég missti þig." Hún þagði, augu hennar leituðu í andliti hans eins og hún væri að leita að einhverju, hverju sem er, til að segja henni að hann skildi.

Eitt augnablik var ekkert nema þögn á milli þeirra og þungi orða hennar hékk í loftinu. Harsh hafði vitað að þessi dagur myndi koma, en hann var ekki viss um að hann væri tilbúinn í það. Reena hafði tekið ákvarðanir sínar – ákvarðanir sem höfðu slitið þau í sundur – og núna, árum síðar, var hún að biðjast afsökunar. Það var undarleg tilfinning að vita að stúlkan sem hann hafði einu sinni elskað, stúlkan sem einu sinni hafði verið hans nánustu vinkona, stóð fyrir framan hann sem einhver sem hann þekkti varla.

En hann hafði líka breyst. Harsh hafði gengið langa og erfiða leið síðan þá. Hann hafði lært um fyrirgefningu – ekki bara um að fyrirgefa öðrum, heldur um að fyrirgefa sjálfum sér. Hann hafði komist að því að það að halda í sársauka, gremju eða reiði skaði aðeins sjálfan sig á endanum.

Hann dró djúpt andann, steig örlítið fram, augnaráð hans enn fast á hennar. "Reena," byrjaði hann, rödd hans róleg en ákveðin. "Það sem gerðist á milli okkar... það var sárt. Það var mjög sárt. En ég hef haft tíma til að hugsa og ég hef áttað mig á því að það hjálpar engum að halda í sársauka. Ekki þú, ekki ég."

Hún kyngdi fast, svipurinn var sár. "Ég veit. Ég vildi aldrei meiða þig, Harsh. Og ég áttaði mig ekki á því fyrr en löngu seinna hversu mikið ég átti."

Harsh kinkaði kolli. "Ég veit. Og ég er ekki að kenna þér lengur. Ég held að við værum báðar bara... glataðar. Ég var reið í langan tíma og ég skildi ekki hvers vegna þú tókst þær ákvarðanir sem þú gerðir. En ég skil það núna. Ég skil að við vorum tvær ólíkar manneskjur, á mismunandi stöðum í lífi okkar, og stundum, fólk bara... breytist."

Augu Reenu milduðust og hún tók lítið skref nær. "Það er rétt hjá þér. Við vorum báðir ólíkir þá. Og ég var eigingjarn. Ég hugsaði ekki um hvernig val mitt myndi hafa áhrif á þig. Ég var föst í heimi sem þýddi ekki neitt, heimi sem fékk mig til að gleyma því sem var raunverulegt. Ég vissi ekki hvernig ég ætti að halda jafnvægi á þessu öllu og ég missti sjálfan mig í því ferli."
"Ég skil það," sagði Harsh, rödd hans stöðug en full af samúð. "Við gerðum bæði mistök. En að halda í fortíðina þjónar okkur ekki lengur. Þú þarft ekki að halda áfram að bera þungann af því, Reena. Ekki ég heldur."
Það varð langt hlé þegar Reena vann úr orðum hans, andlit hennar var blanda af eftirsjá og létti. Hún hafði eytt svo mörgum árum í að velta því fyrir sér hvort Harsh myndi nokkurn tíma fyrirgefa henni, hvort hann myndi einhvern tíma geta skilið mistökin sem hún hafði gert. Og nú, hér var hann og stóð frammi fyrir henni - ekki með reiði, ekki með gremju, heldur með skilningi.
„Mér þykir það svo leitt, Harsh," hvíslaði Reena og röddin brotnaði aðeins. "Ég áttaði mig ekki á því hvað ég var að gera fyrr en það var of seint. Ég var týndur. Og ég særði þig í því ferli."
Harður horfði á hana og svipur hans mildaðist. Hann var ekki reiður lengur. Hann hafði farið framhjá biturðinni sem eitt sinn fyllti hjarta hans. "Reena," sagði hann hljóðlega, rödd hans blíð, "það er allt í lagi. Þetta er allt í fortíðinni núna. Og ég fyrirgef þér. Ekki vegna þess að ég þarf, heldur vegna þess að það er eina leiðin til að halda áfram. Ekki bara fyrir þig, heldur fyrir mig líka."

Orðin voru einföld, en þau báru með sér þunga margra ára lækninga. Harsh var ekki að fyrirgefa henni að endurvekja neitt - það var engin löngun til þess. Hann var ekki að fyrirgefa henni að eyða fortíðinni, því það var ómögulegt. Hann var að fyrirgefa henni að losa sig úr fjötrum eftirsjár og reiði, að sleppa loks hluta af sjálfum sér sem þjónaði honum ekki lengur.
Augu Reenu fylltust tárum þegar hún heyrði orð hans. Hún hafði búist við því að þetta augnablik yrði erfitt, en hún hafði ekki búist við þeirri djúpu friðartilfinningu sem fylgdi fyrirgefningu hans. Það var lokunin sem hún hafði þurft svo lengi, lækningin sem hún hafði þráð. Hún hafði haldið að hún þyrfti að ávinna sér fyrirgefningu hans, sanna að hún hefði breyst, en Harsh hafði gefið henni það frjálslega. Það var ekki gjöf sem hann hafði að bjóða, heldur gjöf sem hann valdi að gefa.
„Þakka þér fyrir," sagði hún lágt, rödd hennar heyrðist varla. "Þakka þér fyrir að fyrirgefa mér."
Harsh kinkaði kolli, lítið bros togaði í varahornin. "Þú þarft ekki að þakka mér, Reena. Þetta snýst ekki um að þú þurfir að sanna neitt. Þetta snýst um að við bæði finnum frið við það sem gerðist og höldum áfram. Fortíðin er að baki núna."
Þeir stóðu þarna augnablik, vindurinn rauk í gegnum laufblöðin fyrir ofan þá, eins og náttúran sjálf væri að bjóða blessun sína. Þetta var róleg stund, fyllt af þunga alls þess sem á undan var komið, en samt var þetta líka augnablik losunar. Spennan, óuppgerð reiðin, sársaukinn - þetta byrjaði allt að hverfa og skildi aðeins eftir hlýju skilnings og frelsi til að halda áfram.

Gjöf losunar

Þegar nóttin dimmdi héldu Harsh og Reena áfram að tala, ekki um fortíðina heldur um framtíðina. Þeir töluðu um líf sitt, ferðirnar sem þeir höfðu farið, lærdóminn sem þeir höfðu lært. Þau hlógu, minntust gamalla brandara og deildu vonum sínum um komandi ár. Það var eins og ár þögnarinnar, árin fjarlægðarinnar, væru bráðnuð.

Harsh vissi að þetta var lokakaflinn í sögu þeirra - ekki kafli kærleikans sem þeir höfðu einu sinni deilt, heldur um viðurkenningu, fyrirgefningu og lokun. Reena var alltaf hluti af fortíð hans, en maðurinn sem hann var orðinn var ekki lengur bundinn stúlkunni sem hún hafði verið. Þau höfðu bæði stækkað, bæði breyst og nú gátu þau sleppt takinu.

Þegar þau skildu um kvöldið fann Harsh ekki fyrir neinni eftirsjá. Hann fann ekki fyrir neinni þrá. Honum fannst hann einfaldlega frjáls. Ferðin til fyrirgefningar hafði verið löng og hún hafði tekið tíma, en á því augnabliki, undir gamla trénu, fannst Harsh loksins vera fullkomið.

"Bless, Reena," sagði hann lágt, rödd hans full af hlýju, en án þunga fortíðarinnar.

„Bless, Harsh," svaraði hún með blíðlegt bros á andliti hennar, tár rennt niður kinn hennar – tár af létti, af losun.

Og þar með gengu þeir í burtu, ekki lengur bundnir af fortíðinni, heldur frjálsir til að skapa sína eigin framtíð.

19. KAFLI: ÁST SEM BEIÐ ANNARS STAÐAR

Dagarnir eftir heimkomu Harsh til þorpsins voru rólegir, en friðurinn sem hann hafði fundið á þeim stað bergmálaði löngu eftir að hann var farinn. Hann hafði samið frið við Reenu, fyrirgefið fortíðina og sleppt skugganum sem einu sinni ásóttu hann. Þetta var ekki einfalt mál, þetta heilunarferð. Það hafði tekið mörg ár - ár af vexti, sjálfskoðun og að læra að elska án væntinga, án þess að þurfa að fá neitt í staðinn.

Og í gegnum þetta allt hafði Harsh uppgötvað að ástin þurfti ekki að vera dramatísk eða háværr. Það þurfti ekki að pakka því inn í hæðir og lægðir ástúðarinnar. Það þurfti ekki að vera ástríða æsku hans eða brennandi styrkur ósagðrar ástúðar. Raunveruleg ást, hafði hann skilið, var hljóðlát, stöðug og virðing.

Þetta var ást sem hafði beðið hans annars staðar.

Róleg byrjun

Það var ekki eins og Harsh hefði verið að leita að ást eftir allt sem hafði gerst með Reenu. Hann hafði eytt árum saman í að hella sér út í verk sín, nám og ritstörf. Truflunirnar höfðu komið og farið, en Harsh hafði verið sáttur við einsemd sína. Líf hans hafði snúist um sjálfsbætingu, um að byggja upp manneskjuna sem hann hafði alltaf viljað vera, án þess að vænta einhvers annars þunga. Og í þessu rými, á þessu vaxtarskeiði, uppgötvaði hann kraftinn í því að vera heill sjálfur.

Það var á þessum rólega tíma sjálfsuppgötvunar sem hann hitti Naina.

Hún var ekki eins og hvirfilbylgjurómantíkin sem hann hafði einu sinni ímyndað sér eða dramatískum ástríðuupphlaupum sem höfðu ríkt fyrri líf hans. Naina var róleg, jarðbundin, með orku sem fannst kunnugleg en samt fersk. Þau hittust á rithöfundarviðburði - Harsh hafði verið boðið að tala um bók sína um tilfinningalegt seiglu. Naina var hluti af áhorfendum þennan dag. Hún hafði verið róleg og hugsi og hlustað af athygli þegar Harsh sagði frá sögu sinni. Eitthvað við nærveru hennar hafði vakið athygli hans. Augnaráð hennar var rólegt, en það var dýpt í henni, tilfinning um hljóðlátan skilning sem Harsh hafði ekki búist við frá einhverjum svo ungum.

Þetta var ekki ást við fyrstu sýn - það var engin dramatísk fundur, engin tafarlaus efnafræði. En eftir atburðinn, þegar Harsh blandaði sér við hina fundarmenn, slógu þeir upp samtal. Þetta var einfalt í fyrstu - umræða um skrifin, ferlið og hvernig Harsh hafði komist að því að skrifa bók sína. En það breyttist fljótlega í eitthvað dýpra.

Naina deildi eigin sögu. Hún var ung listakona, einhver sem hafði alltaf laðast að málverkinu en hafði aldrei fundið fyrir nógu hugrökkum til að stunda það til fulls. Hún hafði lesið bók hans um tilfinningalega heilun og talaði um hvernig það hefði hjálpað henni að átta sig á því að hún þyrfti ekki að biðjast afsökunar á draumum sínum. Það var rólegur styrkur í orðum hennar, tilfinning um einhvern sem hafði staðið frammi fyrir eigin baráttu og var komin sterkari út úr þeim.

Það var ekkert hlaupið að samtalinu, ekkert brýnt í því hvernig þeir töluðu. Þeir deildu hugsunum sínum, skiptust á hugmyndum og hlustuðu. Það var þægilegt - auðvelt. Og fyrir Harsh var þetta ný reynsla. Svo lengi hafði hann verið vanur samböndum sem ýmist voru skilgreind af ósagðum tilfinningum eða af miklum tilfinningalegum hæðum og lægðum. En með Naina leið eins og þau væru einfaldlega tvær manneskjur, finna rólega tengingu í hávaðasömum heimi.

Að vaxa saman

Næstu mánuði eyddu Harsh og Naina meiri tíma saman. Þau hittust oft - stundum á kaffihúsum, stundum á litlum listasöfnum eða bókasöfnum. Það var ekkert að flýta sér. Þeir töluðu ekki um ást. Þau ræddu um drauma, um list, um það sem veitti þeim innblástur, um framtíðina og þær leiðir sem þau vildu fara. Þetta var ekki augnablik ást, en það var ást sem byrjaði að byggjast upp jafnt og þétt, eins og grunnur sem lagður var múrsteinn fyrir múrstein.

Naina var öðruvísi en Reena. Hún var meira innsýn, meira hugsandi. Þar sem Reena hafði verið hvatvís og ófyrirsjáanleg var Naina stöðug. Þar sem Reena hafði hrifist burt af spennu athygli og spennu, Naina var með ró sem setti Harsh. Og samt, í rólegu eðli hennar, var styrkur sem Harsh dáðist að. Hún var ekki hrædd við að vera viðkvæm, að viðurkenna að hún væri ekki með allt á hreinu. Hún var sátt við sína eigin ófullkomleika, eitthvað sem Harsh var farinn að meta meira en hann bjóst við.

Þegar vinátta þeirra blómstraði fór Harsh að sjá gildi í ást sem krafðist ekki stöðugrar staðfestingar eða stórkostlegra látbragða. Það var ekki sú tegund af ást sem myndi hrífa hann af fætur hans, heldur var það ást sem myndi standa við hlið hans, í gegnum rólegar stundir og ringulreið lífsins. Þau þurftu ekki að gera sjónarspil um tengsl sín - þau voru einfaldlega til saman, ánægð í návist hvors annars.

Þeir höfðu auðvitað sinn ágreining. Þeir deildu stundum, voru ósammála um hluti eins og hversu mikið ætti að ýta mörkum vinnu sinnar, eða hvort þeir ættu að taka áhættu með list sinni. En þessi ágreiningur fannst aldrei eins og sprunga í grunni sambands þeirra. Þeir voru einfaldlega hluti af ferlinu. Þeir töluðu í gegnum ágreining sinn, virtu sjónarmið hvors annars og héldu áfram, lærðu og uxu saman.

Virðing, traust og skilningur

Harsh hafði dregið marga lærdóma af fortíð sinni og sá mikilvægasti var gildi virðingar í sambandi. Hann hafði áttað sig á því að ást snerist ekki um að eignast einhvern, heldur um að virða rými þeirra, mörk þeirra og einstaklingseinkenni. Hann hafði séð hvernig það var að elska einhvern sem var tilfinningalega ófáanlegur, einhvern sem gat ekki veitt honum þá virðingu sem hann átti skilið. En með Naina var gagnkvæmur skilningur, ósagður samningur um að þau myndu gefa hvort öðru svigrúm til að vaxa sem einstaklingar á meðan þau væru enn til staðar fyrir hvert annað.

Það voru engir leikir. Það voru engin hugarbrögð eða handtök. Það var einfaldlega sá sameiginlegi skilningur að báðir væru í þessu saman, ekki til að fullkomna hvort annað, heldur til að bæta einhverju dýrmætu við líf hvors annars.

Og þegar tíminn leið fór Harsh að átta sig á því að ástin sem hann hafði fundið hjá Naina var ekki bara spegilmynd af vexti hans - hún var birtingarmynd lækninga hans. Það var ekki ástin sem hann hafði ímyndað sér í æsku sinni, fullur af ástríðufullum yfirlýsingum eða ákafur hæðum. Þetta var ást sem átti rætur að rekja til hljóðlátrar virðingar og skilnings. Það var stöðugt, eins og djúpar rætur trés sem hafði staðið af sér marga storma en stóð sterkt, bundið í jörðu.

Hljóðlát gleði samverunnar

Kvöld eitt, mánuði eftir samband þeirra, sátu Harsh og Naina á svölum íbúðar hans og horfðu yfir borgina. Ljósin tindruðu fyrir neðan, spegilmynd af víðáttu heimsins sem þau bjuggu í. Naina hallaði sér að handriðinu, augun lokuð, andlitið lýst upp af mjúkum ljóma götuljósanna fyrir neðan.

Harsh horfði á hana, ánægjan í hjarta hans var næstum yfirþyrmandi. Þetta var ekki sú háværa gleði sem hann hafði búist við að ástin væri - þetta voru ekki flugeldar eða yfirlýsingar. Það var einfaldlega sú rólega gleði að vita að hann hafði fundið einhvern sem sá hann, sem skildi hann og virti hann á þann hátt að honum fannst hann heill.

Hann teygði sig fram og tók varlega í hönd hennar. Hún opnaði augun og brosti mjúklega, fingur hennar krulluðust um hann á eðlilegan, auðveldan hátt.

"Veistu," sagði hann lágt, "ég bjóst aldrei við að finna svona frið. Ég hélt að ástin ætti að vera flókin, eitthvað sem þú þarft að berjast fyrir. En með þér finnst það... einfalt."
Bros Nainu dýpkaði, þumalfingur hennar strauk varlega yfir hönd hans. „Það er vegna þess að það er raunverulegt," sagði hún lágt. „Stundum snýst ástin bara um að vera til staðar fyrir hvert annað, í gegnum rólegar stundir og hávaða lífsins.
Harsh kinkaði kolli og bros lék um varir hans. "Ég held að ég skilji það núna."

Ást sem beið annars staðar

Ást þeirra var ekki sú stórkostlega dramatíska ást sem hann hafði einu sinni vonast eftir - það var ekki sú tegund ást sem breytti heiminum. En í einfaldleika sínum, virðingu og hljóðlátum skilningi var þetta djúpstæðasta ást sem Harsh hafði kynnst. Þetta var ást sem hafði beðið hans þolinmóð, sú sem hafði vaxið við hlið hans, án þess að flýta sér, án þrýstings. Og það var ást sem Harsh hafði alltaf þurft á að halda, sú tegund sem hjálpaði honum að finnast hann sjást, heyrður og virtur.
Það var ekki fullkomið. Það þurfti ekki að vera. En það var raunverulegt. Og það var nóg.
Þegar þau sátu saman og horfðu á heiminn þróast undir þeim, áttaði Harsh sig á því að hann hafði fundið þá ást sem myndi haldast - ekki vegna þess að hún var bundin eftirvæntingu, heldur vegna þess að hún byggðist á gagnkvæmri virðingu og skilningi. Þetta var ást sem þurfti ekki að vera stöðug í styrkleika sínum vegna þess að hún var stöðug í návist hennar.

Og í fyrsta skipti í mörg ár skildi Harsh að ást þyrfti ekki alltaf að vera eitthvað sem logaði skært og hratt. Stundum var langlífasta ástin sú sem óx hægt, hljóðlega og jafnt og þétt – ást sem beið, ekki eftir að uppgötvast, heldur að verða viðurkennd þegar tíminn var réttur.
Og með Naina var tíminn loksins kominn.

20. KAFLI: HLAKKA TIL

Dagurinn var hlýr, mjúkur suð náttúrunnar fyllti loftið. Himinninn teygði sig að ofan í appelsínugulum og bláum litum, litirnir dýpkuðu þegar sólin byrjaði að lækka í átt að sjóndeildarhringnum. Harsh gekk við hlið Naina, félaga síns, yfir víðáttumikið tún sem alltaf hafði verið hluti af æsku hans. Víðáttan á opnu landi minnti hann á hversu lítið, en þó merkilegt, hvert skref í lífinu í raun var. Í fjarska sveifluðu trén mjúklega í golunni og vörpuðu löngum skugga á jörðina.

Fortíðin, sem einu sinni var svo þung og óuppgerð, fannst mér ekkert annað en minning núna, fjarlæg og mildast með tímanum. Sársauki hjartasorgar, óvissa æskunnar, lærdómurinn sem dreginn var af missi - allt hafði þetta leitt hann til þessarar stundar. Augnablik friðar, ró og skilnings. Hann var hér, á þessum stað, gangandi við hlið manneskjunnar sem var orðinn félagi hans, jafningi hans og akkeri.

Þegar Harsh hreyfði sig um akrana fann hann þunga fortíðar sinnar, ekki sem eitthvað sem hafði skorið hann, heldur sem eitthvað sem hafði mótað hann - óaðskiljanlegur hluti af ferð hans. Fortíð hans braut hann ekki. Það hafði byggt hann. Uppvaxtarárin, einverustundirnar sem eytt var í íhugun, átökin og hjartasorgin - þau höfðu öll kennt honum eitthvað. Hvert skref í ferðinni hafði skilið eftir sig merki, ekki sársauka, heldur visku.

Nú, með Naina sér við hlið, var djúp þakklætis tilfinning sem fyllti hann. Ástin sem hann hafði fundið með henni var ekki fædd úr flugeldum æskuástarinnar. Þetta var ekki sprengiefni, yfirþyrmandi ást sem fólk talaði oft um í skáldsögum eða kvikmyndum. Það var hljóðlátara, yfirvegaðra og mun endingargott. Það hafði vaxið hægt, með tímanum, eins og fræ gróðursett í frjósömum jarðvegi, ræktað af þolinmæði, gagnkvæmri virðingu og skilningi.

Ganga í gegnum fortíðina

Harsh og Naina gengu í þægilegri þögn, hendur þeirra fléttaðar saman. Það var þögnin sem hafði merkingu, sameiginlegur skilningur þeirra á milli án þess að þurfa orð. Heimurinn í kringum þá virtist hverfa í bakgrunninn og það eina sem eftir stóð var tengslin sem þeir deildu. Annað slagið horfði Naina á hann með mjúku brosi og Harsh skilaði því aftur, hjarta hans ljós.
Þessi staður — þorpið, túnin — hafði einu sinni verið bakgrunnur fyrir minningar æskuáranna, þar sem allt hafði virst svo einfalt og hreint. Núna, sem fullorðinn, var það umhverfið fyrir persónulegan þroska hans, staðurinn þar sem hann hafði enduruppgötvað sjálfan sig og fundið tilfinningu sína fyrir friði. Hann hafði gengið ótal sinnum áður á þessum túnum, en í dag fannst mér það öðruvísi. Hann var ekki að ganga í gegnum fortíðina, endurupplifði augnablik sársauka eða þrá. Þess í stað gekk hann með tilgangi, með skýrleikatilfinningu sem hafði komið aðeins eftir margra ára sjálfsuppgötvun.
Naina talaði lágt og rauf þögnina. „Það er fallegt hérna," sagði hún og rödd hennar bar vott af undrun þegar hún horfði á útsýnið.

Harður kinkaði kolli, augnaráð hans sveif yfir víðáttu gylltra sviða, grænu hæðirnar og fjarlægan sjóndeildarhring. "Það er það. Þar byrjaði allt fyrir mig. Sumrin sem ég eyddi hér, minningarnar um æsku og... allt sem kom á eftir."

„Þú ert kominn langt," sagði Naina, blíður en þó vitandi. "Frá stráknum sem kom hingað á hverju sumri, til mannsins sem þú ert núna. Það er ótrúlegt."

Harsh brosti að orðum hennar og kunni að meta dýpt skilnings hennar. Hún hafði séð hann vaxa, ekki bara sem félaga heldur sem manneskju. Naina hafði ekki bara verið hluti af nútíð sinni, heldur vitni að þróun hans. „Ég hef lært mikið á leiðinni," sagði hann lágt. „Þetta var ekki alltaf auðvelt, en allt sem ég gekk í gegnum gerði mig að því sem ég er í dag.

Sársaukinn við að missa Reenu, baráttan við sjálfsvirðinguna, einangrunin, dagarnir í yfirheyrslum - þetta hafði allt verið nauðsynlegt. Þeir höfðu mótað persónu hans, betrumbætt sjónarhorn hans og síðast en ekki síst hjálpað honum að skilja hvað ást þýddi í raun og veru. Ekki bara rómantísk ást, heldur ástin á sjálfum sér, ástin sem kemur frá viðurkenningu og ástin sem myndast þegar tvær manneskjur sjá hvort annað skýrt - án sía fantasíu, eftirvæntingar eða háðs.

Samband byggt á traustum grunni

Þegar Harsh og Naina héldu áfram að ganga breyttist samtal þeirra. Þeir töluðu um framtíðina, um drauma og vonir, en það snerist ekki um stórkostleg áform eða háleit markmið. Þetta var um lífið sem þau voru að byggja saman, rólegu, hversdagslegu augnablikin sem áttu svo mikið að segja. Þeir töluðu um það sem þeir vildu fá úr lífinu - ekki á þann hátt sem ungir elskendur tala um stórkostleg ævintýri eða ómögulega drauma, heldur á þann hátt að tveir einstaklingar sem eru öruggir í ást sinni geta talað saman. Um traust. Um virðingu. Um einfaldleikann.
Framtíðin var ekki eitthvað sem Harsh var hræddur við lengur. Hann óttaðist það ekki eins og hann gerði einu sinni þegar hann var yngri, óviss um hvað væri framundan. Hann hafði eytt árum saman í að reyna að komast að því hver hann væri og núna, þegar hann gekk við hlið Naina, skildi hann að framtíðin þyrfti ekki að vera óvissufull. Hann hafði komist að því að lífið var byggt upp af litlu augnablikunum - rólegum göngutúrum um tún, sameiginlegum kaffibollum, löngum samræðum undir stjörnunum. Það voru þeir hlutir sem gerðu lífið innihaldsríkt. Og á þessum litlu, stöðugu augnablikum fannst Harsh hann hafa fundið sinn stað í heiminum.
"Hvað er næst hjá okkur?" spurði Naina, rödd hennar lág en vongóð.
Harsh sneri sér að henni, bros hans mjúkt. „Við höldum áfram," sagði hann. "Eitt skref í einu. Við höldum áfram að læra, höldum áfram að vaxa og höldum áfram að vera til staðar fyrir hvert annað. Það er allt sem ég vil."
Naina kreisti hönd hans. "Þetta hljómar fullkomið."

Og í fyrsta skipti fann Harsh virkilega fyrir því. Það var engin þörf á stórfenglegum látbragði eða áberandi loforð. Lífið sem þau voru að byggja saman var nóg. Þeir þurftu ekki að elta neitt fyrir utan það sem þeir höfðu þegar - þeir áttu hvort annað og það var allt sem skipti máli. Það var friður í því, róleg vissu sem fyllti hann ánægju.

Engin eftirsjá, aðeins friður

Þegar sólin hélt áfram að setjast og varpaði löngum skugga yfir akrana, stoppuðu Harsh og Naina efst á hæð. Þau stóðu saman og horfðu út yfir víðáttumikið landslag. Litir himinsins voru að breytast aftur, að þessu sinni dýpkuðu þeir í fjólubláa og bleika tóna, eins og alheimurinn sjálfur væri að minna þá á fegurð líðandi stundar.

Harsh lokaði augunum í augnablik og lét svalan kvöldgolann streyma að andliti sér. Á því augnabliki áttaði hann sig á því að hann hefði ekki iðrast. Ekki um fortíðina, ekki um mistökin sem hann hafði gert eða sorgirnar sem hann hafði mátt þola. Allt hafði leitt hann hingað, á þennan stað, þessa stund, og hann var þakklátur fyrir allt.

Ferðin hafði stundum verið erfið, já. Það höfðu verið augnablik efasemda, hjartaverks, glataðrar tilfinningar. En ekkert af því hafði verið til einskis. Hver kafli lífs hans hafði kennt honum eitthvað dýrmætt. Sársaukinn sem hann hafði fundið fyrir eftir að hafa misst Reenu hafði neytt hann til að horfast í augu við hluta af sjálfum sér sem hann hafði lengi hunsað. Það hafði gert hann sterkari, seigurri. Og í gegnum það hafði hann lært að ást, raunveruleg ást, snerist ekki um fullkomnun. Það snerist um að sætta sig við galla hvers annars, styðja við vöxt hvers annars og deila böndum sem byggð voru á trausti og gagnkvæmri virðingu.

Hann hafði lært að ást var ekki eitthvað sem þú fannst í fullkominni manneskju - það var eitthvað sem þú sköpuðum saman. Það var eitthvað sem óx með tímanum, með fyrirhöfn og skilningi. Og nú, með Naina, fannst Harsh að hann hefði fundið svona ást. Sú tegund sem var stöðug og óbilandi, sú tegund sem var ekki háð flugeldum eða stórum látbragði, heldur á rólegum augnablikum sem tveir einstaklingar sem skildu sannarlega skildu hvort annað.

"Ertu ánægður?" spurði Naina, rödd hennar mjúk en full af forvitni.

Harsh sneri sér að henni, bros hans djúpt og einlægt. „Ég er það," sagði hann einfaldlega. "Meira en ég hélt að ég gæti verið."

Og hann meinti það. Hann hafði eytt árum saman í að leita að merkingu í samböndum sínum, að tengslum sem myndi láta honum líða heilan. En núna áttaði hann sig á því að ferðin snerist ekki um að finna einhvern til að fullkomna hann - það snerist um að verða heill á eigin spýtur og finna síðan einhvern sem var þegar heil, einhvern sem gæti gengið við hlið hans sem jafningi.

Þegar sólin dýfði fyrir neðan sjóndeildarhringinn og málaði heiminn í mjúkum, gylltum litbrigðum, vissi Harsh að fortíð hans hafði mótað hann, en það skilgreindi hann ekki. Hjartasorgin, missirinn og baráttan hafði aðeins gert hann sterkari, meðvitaðri um hvað raunverulega skipti máli í lífinu. Og nú, með Naina við hlið sér, fann hann til friðs. Það voru ekki fleiri spurningar, engin eftirsjá. Leiðin framundan var greið og það var leið sem hann myndi ganga með ást og þakklæti.

„Höldum áfram að labba," sagði Harsh, rödd hans stöðug og örugg. "Saman."

Og þegar þeir héldu áfram á brautinni fannst framtíðin björt, ekki vegna þess að hún væri laus við áskoranir, heldur vegna þess að henni var deilt með einhverjum sem skildi hann, sem elskaði hann eins og hann var. Þeir gengu áfram, ekki með þunga fortíðarinnar, heldur af krafti alls sem þeir höfðu sigrast á. Það var óþarfi að líta til baka. Ferðin framundan var sú sem skipti máli núna.

Og í fyrsta skipti skildi Harsh sannarlega að þetta snerist ekki um áfangastaðinn. Það var um ferðina sjálfa. Ástin, vöxturinn og friðurinn sem hann hafði fundið í skrefunum sem hann var að stíga – eitt skref í einu, áfram, saman.

LOKIÐ

www.ingramcontent.com/pod-product-compliance
Lightning Source LLC
LaVergne TN
LVHW060116051026
849517LV00007B/2319
9798349383977